പ്രകൃതിയെ സ്നേഹിച്ച മഹാരഥന്മാർ

Prakrithiye Snehicha Maharadhanmar

P P Sathyan

CHINTHA PUBLISHERS
Thiruvananthapuram

© Rights Reserved

First Edition
October 2009

Third Edition
March 2017

Fourth Edition
May 2018

Fifth Edition
April 2021

Published & Typesetting
Chintha Publishers, Thiruvananthapuram

Cover Design
Prasoon

ISBN - 978-93-82167-83-9

CR - VV. 61 / 2306 / 5470

Email: chinthapublishers@gmail.com
Website: www.chinthapublishers.com

Distribution
DESHABHIMANI BOOKHOUSE
H O Thiruvananthapuram 695035

Branch
Head Office Kunnukuzhi • Statue Thiruvananthapuram •
KSRTC Bus Station Thiruvananthapuram
KSRTC Bus Station Alappuzha • KSRTC Bus Station Ernakulam •
Machingal Lane Thrissur • IG Road Kozhikode •
Mavoor Road Kozhikode • NGO Union Building Kannur •
Central Bus Terminal Complex Thavakkara Kannur

പ്രകൃതിയെ സ്നേഹിച്ച മഹാരഥന്മാർ

പി പി സത്യൻ

ചിന്ത പബ്ലിഷേഴ്സ്
തിരുവനന്തപുരം-695 035

പി പി സത്യൻ

നിരൂപകനും സാംസ്കാരികപ്രവർത്തകനും. കേരള ഭാഷ ഇൻസ്റ്റിറ്റ്യൂട്ട് ഭരണസമിതിയംഗം.

നാടകരംഗത്ത് സജീവമായി പ്രവർത്തിച്ചിരുന്നു. പന്ത്ര ണ്ടോളം കൃതികൾ മലയാളത്തിലേക്ക് മൊഴിമാറ്റം ചെയ്തി ട്ടുണ്ട്. *വർഗ്ഗീയ രാഷ്ട്രീയം* (രാം പുനിയാനി), *സ്റ്റാലിൻ: ജീവിതവും ചരിത്രവും* (എം ആർ അപ്പൻ), *പ്രണയത്തി ന്റെയും രതിയുടെയും മനഃശാസ്ത്രം* (സിഗ്മണ്ട് ഫ്രോയിഡ്), *യഥാർത്ഥത്തിൽ നിലനില്ക്കുന്ന മാർക്സിസം* (ഫ്രെഡറിക് ജെയിംസൺ), *ഉത്തരാധുനികത മദ്ധ്യവർഗ്ഗം ഹിന്ദുത്വം* (മീരാനന്ദ) എന്നിവയാണ് പരിഭാഷപ്പെടുത്തിയ പ്രധാന കൃതികൾ. *പ്രകൃതിയെ സ്നേഹിച്ച മഹാരഥന്മാർ, ലോക ഇതിഹാസങ്ങൾ, പി ജി അഭിമുഖങ്ങൾ* (ഡോ. പി കെ പോക്കർ, വിനോദ് വൈശാഖി എന്നിവരോടൊപ്പം), *അയോ ദ്ധ്യാവിധി ഹിന്ദുത്വ ഫാസിസത്തിന്റെ ദൃശ്യസാന്നിദ്ധ്യം* (എഡിറ്റർ) *എം എഫ് ഹുസൈൻ എന്ന ഇതിഹാസം* (എഡിറ്റർ, രാജേഷ് ചിറപ്പാടിനൊപ്പം) *അൽത്തൂസറും മാർക്സിസത്തിന്റെ ഭാവിയും* എന്നിവയാണ് പ്രധാന കൃതി കൾ. 'ഇസ്ലാം എന്റെ വീക്ഷണത്തിൽ' എന്ന പഠനത്തിന് 2000 ലെ ഇസ്ലാം സ്റ്റഡിസെന്ററിന്റെ സംസ്ഥാന അവാർഡ് നേടിയിട്ടുണ്ട്. ആനുകാലികങ്ങളിൽ എഴുതാറുണ്ട്.

ഫോൺ   : 9846488631

ഉള്ളടക്കം

1

നീലത്തടാകങ്ങളെ പ്രണയിച്ച വിശ്വമഹാകവി വില്യം വേർഡ്സ്വർത്ത്

വിശ്വമഹാകവികളിൽ അദ്വിതീ യനാണ് വില്യം വേർഡ്സ്വർത്ത് (1770-1850). തന്റെ കൽപ്പനാസുരഭില മായ ഈരടികൾകൊണ്ട് അനുവാ ചകഹൃദയങ്ങളെ ത്രസിപ്പിച്ച വേർ ഡ്സ്വർത്തിന്റെ കവിതകൾ അനശ്വ രമായി നിലനിൽക്കുന്നതിന്റെ മഹാര ഹസ്യം അവയിൽ അലയടിക്കുന്ന പ്രകൃതിയുടെ അചുംബിത സൗന്ദ ര്യമാണ്. ഹരിതാഭമായ പ്രകൃതിയുടെ നിറസാന്നിധ്യംകൊണ്ട് അനുഗൃഹീത മാണ് വേർഡ്സ്വർത്തിന്റെ കവിത കൾ. പ്രശാന്തമായ നീല സരോവര ങ്ങളും പതഞ്ഞുവീഴുന്ന വെള്ളച്ചാട്ട ങ്ങളും പൂക്കളും ഹിമശൈലങ്ങളും ലഹരി പടരുന്ന വനശോഭയും കൊ ണ്ട് സംഗീതസാന്ദ്രമാണ് ഈ വിശ്വ

വില്യം വേർഡ്സ്വർത്ത്

പ്രതിഭയുടെ രചനകൾ. ജീവിതകാലം മുഴുവൻ പ്രകൃതിയെ വാഴ്ത്തി പ്പാടിയ ഈ അനുരാഗിയുടെ ഹൃദയത്തെ മഥിച്ചത് പ്രകൃതിയുടെ ബാഹ്യ സൗന്ദര്യം മാത്രമല്ല, മറിച്ച് ജീവന്റെ അനശ്വരസ്രോതസായ പ്രപഞ്ച ത്തിന്റെ ആത്മാവാണ്. പ്രകൃതിയുമായി അഗാധമായ ആത്മബന്ധമാണ് അദ്ദേഹം നിലനിർത്തിയത്. പ്രണയിനിയും അമ്മയുമായിരുന്നു വേർ ഡ്സ്വർത്തിന് പ്രകൃതി. ലളിതമായി പറഞ്ഞാൽ പ്രകൃതിയായിരുന്നു വേർഡ്സ്വർത്തിന് ദൈവം. മഹാകവി രബീന്ദ്രനാഥ ടാഗോറിനെപോലെ

തന്നെ പ്രചോദിപ്പിച്ച ഊർജസ്രോതസായിരുന്നു വേർഡ്സ് വർത്തിന് പ്രപഞ്ചം.

പ്രകൃതിയെ അമ്മയായി ആരാധിക്കുന്ന ഹൃദയഭാവത്തെയാണ് 'വിശ്വദേവതാ സങ്കൽപ്പം' എന്നു വിശേഷിപ്പിക്കുന്നത്. ലളിതസുന്ദരമായ നിരവധി കഥകൾ ഇതുമായി ബന്ധപ്പെട്ട് ലോകത്തിൽ നിലനിൽക്കു ന്നുണ്ട്. അതിലൊന്ന് പ്രശസ്തമായ ഒരു റോമൻകഥയാണ്. അമ്മയാണ് ഈ കഥയിലെ നിത്യനായിക. അതിതാണ്:

പണ്ടുപണ്ട് ഒരിടത്ത് ഒരമ്മയും മകനുമുണ്ടായിരുന്നു. സ്നേഹമ യിയായ ഒരമ്മയും ആ അമ്മയുടെ പൊന്നോമനയായ ഒരു മകനും. അമ്മ ജീവിക്കുന്നത് മകന്റെ, മകന്റെ മാത്രം ഭാവിക്കുവേണ്ടി, നന്മയ്ക്കുവേണ്ടി. മകൻ ജീവിക്കുന്നത് അമ്മയ്ക്കുവേണ്ടി, അമ്മയുടെ സന്തോഷത്തിനു വേണ്ടി. അങ്ങനെ ഇരുവരും ആഹ്ലാദത്തോടെ കാലം പിന്നിട്ടു. അമ്മ വൃദ്ധയായി. മകൻ, വളർന്നു യുവാവായി. പ്രായപൂർത്തിയായ മകന് ഭാവിജീവിതത്തിൽ താങ്ങുംതണലുമായി ഒരു പെണ്ണുവേണമെന്ന് ആത്മാർഥമായി ആഗ്രഹിച്ച അമ്മ, മകനുവേണ്ടി ഒരു വധുവിനെ കണ്ടു പിടിച്ചു. അങ്ങനെ അവരുടെ വിവാഹവും നടന്നു. അതിസുന്ദരിയായി രുന്നു അവൾ. മകന്റെ ജീവിതത്തിലേക്കു കടന്നുവന്ന വധുരത്നത്തെ സ്നേഹമയിയായ ആ അമ്മ ആശീർവദിച്ചു.... കാലം കടന്നുപോയി. വശ്യമനോഹരിയായ ആ യുവതിയുടെ ആഗ്രഹങ്ങൾക്കനുസരിച്ച് ജീവി ക്കാൻ ആ മകൻ പാടുപെട്ടു. വിലപിടിപ്പുള്ള വസ്തുക്കളിൽ ആകൃഷ്ട യായ ആ യുവതിയുടെ അഭിലാഷങ്ങൾ ആകാശത്തോളം വലുതായിരുന്നു. അമൂല്യമായ രത്നങ്ങളും ആഭരണങ്ങളും സ്വന്തമാക്കാൻ അവൾ കൊതിച്ചു. ദരിദ്രനായ ആ യുവാവിന് അപ്രാപ്യമായിരുന്നു അവളുടെ അഭിലാഷങ്ങൾ. അവ സായൂജ്യമാവാതെ വരുമ്പോൾ അവരുടെ കൊച്ചു ഭവനത്തിൽ തേങ്ങലുകൾ ഉയരും. ഒരുദിനം, ആ യുവതി, ലോകപ്രശ സ്തമായ ഈജിപ്ഷ്യൻ രത്നശേഖരം കൊണ്ടുവരാൻ വേണ്ടി തന്റെ ഭർത്താവിനോടാവശ്യപ്പെട്ടു. അതിസാഹസികമായ ദിനങ്ങൾ കടന്നു പോയി. അമൂല്യമായ രത്നശേഖരങ്ങൾ സ്വന്തമാക്കാൻ വേണ്ടി യുവാവ് നാടുവിട്ടു. മാസങ്ങൾ നീണ്ടുനിന്ന യാത്രയ്ക്കുശേഷം അയാൾ തന്റെ പ്രിയതമയുടെ അഭിലാഷങ്ങൾ സാക്ഷാത്കരിച്ചു. റോമൻകഥയുടെ ക്ലൈമാക്സ് ഇതാണ്; ഭൗതികമായ എല്ലാ അഭിലാഷങ്ങളും പൂർത്തീ കരിച്ച ആ അതിസുന്ദരി തന്റെ യുവഭർത്താവിനോട് ഏറ്റവും വിലപിടി പ്പുള്ള ഒന്ന് ആവശ്യപ്പെട്ടു. അത് മറ്റൊന്നുമായിരുന്നില്ല, തന്റെ ഭർത്താ വിന്റെ സ്നേഹമയിയായ അമ്മയുടെ ഹൃദയമായിരുന്നു, ആ യുവാവ് സ്തംഭിച്ചുപോയി. ഭ്രാന്തിയായി മാറിയിരിക്കണം തന്റെ പത്നി. പക്ഷേ, ഭ്രാന്തമായ അവളുടെ അഭിലാഷത്തെക്കാൾ ഭ്രാന്തമായിരുന്നു, അയാൾക്ക് അവളോടുള്ള അഭിനിവേശം. ആ അഭിനിവേശത്തിന് അയാൾ കീഴടങ്ങിയില്ലെങ്കിൽ തനിക്ക് തന്റെ മോഹിനിയായ പത്നിയെ നഷ്ട

പ്പെടും. തന്റെ അഭിലാഷം സാധിതമാക്കിയില്ലെങ്കിൽ തന്റെ ഭവനത്തി ലേക്ക് തിരിച്ചുപോവുമെന്നും ഇനിയൊരിക്കലും തിരിച്ചുവരില്ലെന്നും ശപഥംചെയ്തുകൊണ്ടവൾ നടന്നു.... അതയാൾക്ക് ചിന്തിക്കാൻ കഴി യുന്നതിനുമപ്പുറത്തായിരുന്നു. പക്ഷേ, അതിലും ഭയാനകമായിരുന്നു അമ്മയുടെ മാറിടം പിളർന്ന് ഹൃദയം പറിച്ചെടുക്കുന്നത്. അവസാനം അയാൾ ഏറ്റവും ഭീകരമായ ആ കൃത്യത്തിന് തയാറെടുത്തു. അമ്മ യുടെ മാറിടം പിളർന്ന് ഹൃദയം പറിച്ചെടുത്ത് തന്നെ വിട്ടകന്ന പത്നി യുടെ പിറകേ ഭ്രാന്തമായി അയാൾ ഓടിയടുത്തു.... ഭ്രാന്തമായ ഓട്ട ത്തിനിടയിൽ അയാൾ ഒരു വൃക്ഷത്തിന്റെ വേരിൽ തടഞ്ഞു വീണു. കൈയിലുള്ള, ചോരയിൽ കുതിർന്ന അമ്മയുടെ ഹൃദയം തെറിച്ചുവീണു. വീണിടത്തുനിന്ന് ആ ഹൃദയം, മകനോടു ചോദിച്ചു:

"മകനേ നിനക്കു വല്ലതും പറ്റിയോ?"

ഈ കഥ, ഇവിടെ അവസാനിക്കുകയാണ്. മാതൃസ്നേഹത്തിന്റെ മഹനീയത വിളിച്ചോതുന്ന ഈ കഥ, വേർഡ്സ്വർത്ത് കുട്ടിക്കാലത്തു തന്നെ ഹൃദിസ്ഥമാക്കിയിരുന്നു.

ഏകാകിയുടെ കുട്ടിക്കാലം

വിശ്വമഹാകവിയായ വേർഡ്സ്വർത്തിന്റെ കുട്ടിക്കാലം, ഏകാന്തത നിറഞ്ഞതായിരുന്നു. ഇംഗ്ലണ്ടിലെ നോർത്ത് കൺട്രിസ്റ്റോക്കിലായിരുന്നു, വേർഡ്സ്വർത്തിന്റെ തറവാട്. പിതാവായ ജോൺ കോകർമോത്തിലെ ഒരു പ്രഭുവായിരുന്നു. അദ്ദേഹത്തിന്റെ അഞ്ചു മക്കളിൽ ഒരാളായിരുന്നു വേർഡ്സ്വർത്ത്. റിച്ചാർഡ്, ജോൺ, ക്രിസ്റ്റഫർ, ദോറോത്തി എന്നിവ രായിരുന്നു മറ്റുനാലുപേർ. 30-ാമത്തെ വയസിൽതന്നെ ഇവരുടെ അമ്മ മരണമടയുകയായിരുന്നു. അങ്ങനെ വേർഡ്സ്വർത്തിന്റെ ഏകസഹോ ദരിയായ ദോറോത്തി (Dorothy)യെ അമ്മാവിയായ എലിസബത്ത് ത്രെൽക്കാൽഡി (Elizebath Threlkaldi) യുടെ സംരക്ഷണത്തിൽ വളർത്താൻ തീരുമാനിച്ചു. ഹോക്സ്ഹെഡി (Hawks head)ലാണ് വേർഡ്സ്വർത്ത് തന്റെ സ്കൂൾ ജീവിതം ചെലവഴിച്ചത്. ചെറുപ്പത്തിലേ കാവ്യഭാവന അസ്വസ്ഥമാക്കിയ വേർഡ്സ്വർത്തിന്റെ കളിക്കൂട്ടുകാരാ യിരുന്നു കോൾറിഡ്ജും ചാൾസ് ലാമ്പും (Coleridge and Charles Lamb). കുട്ടിക്കാലത്തുതന്നെ അമ്മ നഷ്ടപ്പെട്ട വേർഡ്സ്വർത്തിനെ ഏകാന്തത വല്ലാതെ അലട്ടിയിരുന്നു. ആദ്യമൊന്നും അതറിഞ്ഞിരുന്നില്ല. വലിയ വിദ്യാഭ്യാസമൊന്നുമില്ലാതിരുന്ന തന്റെ അമ്മ മടിയിലിരുത്തി തന്നെ പാടിയുറക്കുമ്പോൾ മനസിനുള്ളിലെ കാവ്യഭാവനയെ പ്രചോദി പ്പിക്കുകയായിരുന്നെന്ന് അമ്മയും മകനും അറിഞ്ഞിരുന്നില്ല. വളരെ ശാന്തപ്രകൃതിയായിരുന്നു വേർഡ്സ്വർത്ത്. ഇംഗ്ലണ്ടിലെ ഹോക്സ് ഹെഡി (Hawks head)ലെ മനോഹരമായ പ്രകൃതി വേർഡ്സ്വർത്തിന്റെ ശൈശവഭാവനയെ തൊട്ടുണർത്തി. തടാകങ്ങൾ നിറഞ്ഞ പ്രദേശമായി രുന്നു ഹോക്സ് ഹെഡ്. പൂക്കളേതെന്നും ഇലകളേതെന്നും തിരിച്ചറി

യാനാകാത്ത ആരാമങ്ങൾ നിറഞ്ഞ പ്രദേശം. തടാകതീരങ്ങളിൽ നിന്നു മുയരുന്ന കാട്ടുതാറാവുകളുടെയും രാപ്പക്ഷികളുടെയും ശബ്ദം വേർഡ്സ്വർത്തിന്റെ ഹൃദയത്തെ മഥിച്ചു. അമ്മയുടെ മടിത്തട്ടിലിരുന്ന് ആ വനപക്ഷികളുടെ കൂജനം ശ്രവിച്ച കുട്ടിക്കാലം വേർഡ്സ്വർത്തിന് മറക്കാനാവാത്ത അനുഭവമാണ്. കുട്ടിക്കാലത്തുതന്നെ മഹത്തായ ആശയങ്ങളിൽ പ്രചോദിതനായിരുന്നു വേർഡ്സ്വർത്ത്. മനുഷ്യനെ അടിമയാക്കുന്ന സർവവിധ സമ്പ്രദായങ്ങളെയും വ്യവസ്ഥകളെയും വേർഡ്സ്വർത്ത് വെറുത്തു. മനുഷ്യന്റെ മനസിനു ചങ്ങലയിടാത്ത ഒരു പരമാധികാര രാഷ്ട്രവ്യവസ്ഥയെയാണ് ആദ്യകാലത്ത് അദ്ദേഹം വിഭാവനം ചെയ്തത്.

1791 ൽ വേർഡ്സ്വർത്ത് ഫ്രാൻസ് സന്ദർശിക്കുമ്പോൾ ഉള്ളിലൊളിഞ്ഞു നിന്ന ആശയങ്ങൾ വിരിഞ്ഞുയരാൻ തുടങ്ങി. വിശ്വമാനവികത യുടെ ആശയങ്ങളായിരുന്നു അദ്ദേഹത്തിന്റെ ഹൃദയത്തെ പ്രചോദിപ്പിച്ചിരുന്നത്. ഫ്രാൻസ് കൂടാതെ ഇറ്റലി, സ്വിറ്റ്സർലാന്റ് തുടങ്ങിയ യൂറോപ്യൻ രാജ്യങ്ങളെല്ലാം വേർഡ്സ്വർത്ത് സന്ദർശിച്ചു. മഞ്ഞിന്റെ ധവള പ്രഭയാർന്ന ആൽപ്സ് പർവതനിരകളിലൂടെ വേർഡ്സ്വർത്ത് നടത്തിയ സഞ്ചാരം അദ്ദേഹത്തിന്റെ കാവ്യഭാവനയെ പുളകമണിയിച്ചു. *Lyrical Ballads, Resolution and Independence, Daffodils (I wandered Lonely as a Cloud), The Solitary Reaper, Lucy Gray, The world is too much with us, The Prelude, Lines Composed A few miles above Tintern Abbey* തുടങ്ങിയവയാണ് പ്രധാന കൃതികൾ. ആംഗ്ലേയസാഹിത്യത്തിൽ അനുപമമായ സ്ഥാനം അമലങ്കരിക്കുന്ന വേർഡ്സ്വർത്ത് ഒരു കാൽപ്പനിക കവി (Romantic Poet)യായിട്ടാണ് ലോകം മുഴുവൻ അറിയപ്പെടുന്നത്. ജോൺ കീറ്റ്സ്, ഷെല്ലി, വേർഡ്സ്വർത്ത്, കോൾറിഡ്ജ് തുടങ്ങിയ കവികളെ ഒഴിച്ചുനിർത്തിക്കൊണ്ട് സാഹിത്യവിദ്യാർഥികൾക്ക് വിശ്വസാഹിത്യത്തെക്കുറിച്ച് പഠിക്കാനാവില്ല. ഈ മഹാകവികളെല്ലാവരും തന്നെ പ്രകൃതിസ്നേഹികളായിരുന്നെങ്കിലും വേർഡ്സ്വർത്തിന്റെ കവിതകൾ, അവയിലെ പ്രകൃതിയുടെ സാന്ദ്രസാന്നിധ്യംകൊണ്ട് സവിശേഷമായി ശ്രദ്ധിക്കപ്പെടുന്നു.

സരോവരങ്ങളുടെ കവി (Lake poet)

പ്രാചീനകാലം മുതൽ സരോവരങ്ങൾ മനുഷ്യഭാവനയെ വിസ്മയഭരിതമാക്കിയിട്ടുണ്ട്. പ്രകൃതിയുടെ അനശ്വരമായ വരദാനമാണ് നദികളും തടാകങ്ങളും. പ്രശാന്തവും രമണീയവുമായ നീലസരസുകളുടെ തീരത്തിരുന്നുകൊണ്ട് സ്വച്ഛമായ ആകാശത്തെക്കുറിച്ചും നക്ഷത്രങ്ങളുടെ അരുണശോഭയെക്കുറിച്ചും എഴുതി മതിവരാതെ മറഞ്ഞുപോയ എത്രയോ കവികൾ ലോകത്തുണ്ടായിരുന്നു. അനശ്വരകവിയായ ജോൺ കീറ്റ്സ് തന്റെ *രാപ്പാടിക്ക് ഒരു ഹൃദയഗീതം (Ode to a Nightingale)* എന്ന കവിതയിൽ, സാങ്കൽപ്പികമായ ഒരു സരോവരത്തെക്കുറിച്ചു പറ

ലേക് ഡിസ്ട്രിക്ക്

യുന്നുണ്ട്. ലീഥേ (Lethe) എന്നാണതിന്റെ പേര്. ഇംഗ്ലീഷ് കവിയായ കീറ്റ്സ് ഒരു യവന മിത്തിനെ (Greek Myth) നെ ആസ്പദമാക്കിയാണ് ഇതെഴുതിയത്. യവനസങ്കൽപ്പമനുസരിച്ച് മരിച്ചുപോയവരുടെയും ജനി ക്കാനിരിക്കുന്നവരുടെയും ആത്മാക്കൾ, ഈ ലീഥേ എന്ന തടാകത്തിൽ കുളിച്ചുകയറും. അങ്ങനെ ചെയ്തു കഴിയുന്നതോടെ കഴിഞ്ഞ ജന്മ ത്തിലെ ഓർമകളെല്ലാം വിസ്മൃതമാവും എന്നാണ് സങ്കൽപ്പം. അഗാധ മായ പ്രശാന്തി (deep transquillity)യുടെ നിത്യമായ മാതൃകയാണ് സരോവരങ്ങൾ. വേർഡ്സ്വർത്തിന്റെ ത്രസിക്കുന്ന കാവ്യഭാവനയ്ക്ക് സായൂജ്യം നൽകിയത് ഇംഗ്ലണ്ടിലെ മനോഹരമായ തടാകങ്ങളാണ്. പതിനാറ് തടാകങ്ങൾ ചേർന്ന പ്രദേശമാണ് ഇംഗ്ലണ്ടിലെ ലേക് ഡിസ്ട്രി ക്ക് (Lake District). ബാസെന്ത് വേയ്റ്റ്, (Bassenth waite), ബട്ടർമിയർ (Buttermere), കൊനിസ്റ്റൺ വാട്ടർ (Coniston water), ക്രമ്മോക് വാട്ടർ (Crummock water), ഡർവെന്റ് വാട്ടർ (Derwent water), എൽട്ടർവാട്ടർ (Elter water), എന്നർഡേയ്ൽ വാട്ടർ (Ennerdale water), എസ്ത്വാട്ടർ (Esthwater), ഗ്രാസ്മിയർ (Grasmere), ഹാവ്സ് വാട്ടർ (Hawes water), ലോവ്സ് വാട്ടർ (Lowes water), റൈഡൽ വാട്ടർ (Rydal water), തേൽമി യർ (Thirlmere), ഉൾസ് വാട്ടർ (Ulls water) വാസ്റ്റ് വാട്ടർ (wast wa- ter), വിൻഡർമിയർ (Windermere) എന്നിവയാണ് പ്രസിദ്ധമായ ആ തടാകങ്ങൾ. ഈ തടാകങ്ങളിലൊന്നായ ഗ്രാസ്മിയറി (Grasmere)ലാണ് വേർഡ്സ്വർത്തിന്റെ വീട് സ്ഥിതിചെയ്യുന്നത്. Dove cottage എന്നാ ണിതിന്റെ പേര്. ലോകമെങ്ങുമുള്ള സഞ്ചാരികളുടെ മോഹഭൂമിയാണ് ഡൗവ് കോട്ടേജും അതിന്റെ ചുറ്റുപാടും. ഇവിടെയാണ് ഈ മഹാകവി

തന്റെ പ്രിയസഹോദരിയായ ദോരോതി (Dorothy)യും പത്നി, മേരിഹ
ച്ചിൻസണു (Mary Hutchinson)മൊത്ത് താമസിച്ചത്. ലോകമെക്കാലവും
നെഞ്ചിലേറ്റുന്ന സരളമധുരമായ വേർഡ്സ്വർത്തിന്റെ കവിതകളിൽ
മിക്കതും രചിക്കപ്പെട്ടത് ഇവിടെവെച്ചാണ്.

പച്ച പുതച്ചുനിൽക്കുന്ന പർവതങ്ങളുടെ പശ്ചാത്തലശോഭകൊണ്ട്
ആകർഷകമാണ് ഡൗവ് കോട്ടേജ്. ഇത് യഥാർഥത്തിൽ പ്രകൃതി നട്ടു
വളർത്തിയ പൂന്തോപ്പിനാൽ അനുഗൃഹീതമാണ്. ഒരു പർണശാലയെന്ന്
ഇതിനെ വിളിക്കാം. ഈ പർണശാലയ്ക്കു ചുറ്റും വിടർന്നുനിൽക്കുന്ന
വിവിധ വർണങ്ങളിലുള്ള പൂക്കളും അതിൽ മധു നുകരാനെത്തുന്ന വന
ചിത്രശലഭങ്ങളും പർണശാലയ്ക്കടുത്തുള്ള തടാകതീരങ്ങളിൽ നിന്നു
യരുന്ന പക്ഷികളുടെ മധുരസ്വനങ്ങളും വേർഡ്സ്വർത്തിന്റെ ഹൃദയത്തെ
മത്തുപിടിപ്പിക്കുന്നതായിരുന്നു. ഇവിടെവെച്ചാണ് വേർഡ്സ്വർത്ത് തന്റെ
ലോകപ്രസിദ്ധമായ *ഡാഫോഡിൽസ്* (*Daffodils*) എന്ന കവിത രചി
ക്കുന്നത്.

ഡാഫോഡിൽ എന്ന കാവ്യപുഷ്പത്തിന് നാർസിസസ് എന്ന യവ
നരാജകുമാരന്റെ മിത്തുമായി ബന്ധമുണ്ട്. ഗ്രീസിലെ വശ്യതയാർന്ന
ഒരു വനത്തിനുള്ളിൽ അതിസുന്ദരമായ ഒരു തടാകമുണ്ടായിരുന്നു. കോമ
ളരൂപിയായ നാർസിസസ് ആ വനസരോവരത്തിൽ തന്റെ മോഹനമായ
പ്രതിബിംബം കണ്ട് അതിനെ പ്രണയിച്ചുപോയത്രെ. അങ്ങനെ ദിനരാ
ത്രങ്ങൾ കടന്നുപോയി. പൊയ്കയിലെ പ്രതിബിംബം മറ്റൊരു യുവ
വാണെന്നു കരുതി നാർസിസസ് ആ പൊയ്കയിൽ ഇറങ്ങുകയും
അതിൽ മുങ്ങിച്ചാവുകയും ചെയ്തു. അങ്ങനെ ആ തടാകതീരത്ത് നാർ
സിസസിന്റെ പുനർജന്മമായി ഒരു പുഷ്പം വിടർന്നുവന്നു. അതാണത്രെ
ഡാഫോഡിൽ. ഡാഫോഡിൽസ് വിവിധ വർണങ്ങളിലുണ്ട്. ഒന്ന് വെള്ള.
വേറൊന്ന് മഞ്ഞ. വേർഡ്സ്വർത്തിനെ ആകർഷിച്ചത് മഞ്ഞ ഡാഫോ
ഡിലാണ്.

മഞ്ഞണിഞ്ഞ ഗിരിനിരകൾക്കും വസന്തദേവത നൃത്തംചെയ്യുന്ന
താഴ്വാരങ്ങൾക്കും മുകളിലൂടെ ഏകാകിയായ ഒരു മേഘശകലം കണ
ക്കെ തനിക്ക് ഒഴുകിയൊഴുകിപ്പോവണമെന്ന് അഭിലഷിച്ച വേർഡ്സ്വർ
ത്തിനെ മഞ്ഞപ്പൂക്കുടകൾ നിവർത്തിവെച്ചപോലുള്ള ഡാഫോഡിൽസ്
പുഷ്പങ്ങളുടെ വശ്യത പിടിച്ചുലയ്ക്കുന്നതിനെക്കുറിച്ചു പറഞ്ഞുകൊ
ണ്ടാണ് *ഡാഫോഡിൽസ്* എന്ന കവിത ആരംഭിക്കുന്നത്.

> "I wandered lonely as a cloud
> That floats on high over vales and hills,
> when all at once I saw a crowd,
> A host of golden daffodils;
> Beside the lake, beneath the trees,
> Fluttering and dancing in the breeze."

ഹൃദയത്തിൽ ഏകാന്തത നുരപൊന്തുമ്പോൾ മൃദുലദലങ്ങളാൽ

മർമരം പൊഴിക്കുകയും ഇളംതെന്നലിൽ നൃത്തംചെയ്യുകയും ചെയ്യുന്ന സ്വർണവർണമാർന്ന ഡാഫോഡിലുകൾ കവിയുടെ ആത്മാവിൽ ആനന്ദം പകർന്നുനൽകുന്നു. പ്രകൃതിദേവതയുടെ മുഴുവൻ ചൈതന്യവും ആവാഹിച്ച വശ്യതേജസായിട്ടാണ് കവി ഇവിടെ ഡാഫോഡിലുകളെ കാണുന്നത്. സഹോദരിയായ ദോറേത്തിയുമൊന്നിച്ച് ഉൾസ് വാട്ടർ തടാകം സന്ദർശിച്ച അവസരത്തിലാണ് ആ പുഷ്പങ്ങൾ കവിയുടെ ഹൃദയത്തെ പിടിച്ചുനിർത്തിയത്. ലോകമെങ്ങുമുള്ള സ്കൂൾകുട്ടികൾക്ക് ഹൃദിസ്ഥമാണ് ഇന്നീ കവിത. മുതിർന്നവരും ഈ കവി

ഡാഫോഡിൽസ്

തയെ ഏറെ ഇഷ്ടപ്പെടുന്നു. ആധുനിക നാഗരികജീവിതത്തിന്റെ യാന്ത്രികസംസ്കാരത്തോട് പൊരുത്തപ്പെടാൻ കഴിയുന്നതായിരുന്നില്ല വേർഡ്സ്വർത്തിന്റെ ജീവിതം. അതുകൊണ്ടുതന്നെ ഏകാന്തത ആ മൃദുല ഹൃദയത്തെ നൊമ്പരപ്പെടുത്തിയിരുന്നു. ചിലപ്പോഴത് കടുത്ത വിഷാദമായി മാറും. അങ്ങനെ വിഷാദവീചികൾ മനസിൽ നിറയുമ്പോൾ വേർഡ്സ്വർത്ത് പ്രകൃതിയുടെ മടിത്തട്ടിലേയ്ക്കു പോവും. ആർദ്രമായ സാന്ത്വന സ്പർശനത്തിനുവേണ്ടി കൊതിച്ച തരളഹൃദയനായ കവിക്ക് ഏകാശ്രയം പ്രകൃതിയായിരുന്നു. താനനുഭവിക്കുന്ന ഏകാന്തതയുടെ വിഷാദവീചികൾ, പക്ഷേ, മധുരോദാരമായ കാവ്യാനുഭൂതിയായി നിറയുന്ന അനുഭവമാണ് നമുക്കുണ്ടാവുന്നത്. അതിന് ഏറ്റവും നല്ല മറ്റൊരുദാഹരണമാണ് *ഏകാകിയായ കൊയ്ത്തുകാരി*(*Solitary Reaper*) എന്ന കവിത. നാടോടിഗീതം (Ballad) എന്ന ഗണത്തിൽപ്പെടുന്നതാണ് ഈ കവിത. സ്കോട്ടിഷ് ഗിരിനിരകളിലൂടെ ഒരിക്കൽ സവാരി ചെയ്യുമ്പോഴാണ് കവി ഒരു പെൺകുട്ടിയെ കാണുന്നത്. പ്രശാന്തരമണീയമായ ഒരു പാടത്ത് ഏകാകിനിയായി അവൾ ധാന്യം കൊയ്യുകയാണ്. മനോഹരമായ ഒരു ഗാനം മധുരമായ ഈണത്തിൽ പാടിക്കൊണ്ടാണവൾ കൊയ്യുന്നത്. ആ ചേതോഹരമായ അനുഭവം കവി വാക്കുകളിൽ കൊത്തിവയ്ക്കുന്നതിങ്ങനെയാണ്:

"Behold her Single in the field,
Yon Solitary Highland Lass!
Reaping and Singing by herself;
Stop here, or gently pass!"

(പാടത്ത് തനിച്ചു നിൽക്കുന്ന അവളെ നോക്കൂ, ശൈലഭൂമിയുടെ ഏകാകിയായ ആ പെൺകൊടി പാട്ടിനനുസരിച്ച് കൊയ്തുകൊണ്ടിരിക്കയാണ്. ഇവിടെ നിൽക്കൂ, അല്ലെങ്കിൽ സാവധാനം നടക്കൂ.)

അങ്ങകലെ അറേബ്യൻ മരുഭൂമികളിലെ വൃക്ഷച്ഛായകളിൽ വിശ്രമിക്കുന്ന സഞ്ചാരികൾക്ക് സാന്ത്വനമേകുന്ന രാപ്പാടികളുടെ മധുരഗാനത്തേക്കാൾ വശ്യതയാർന്നതാണ് ഈ പെൺകൊടിയുടെ നാട്ടുഗീതമെന്ന് കവി പറയുന്നു. കൊയ്ത്തരിവാളിനൊപ്പം ഉയരുന്ന ആ നാടൻപെൺകൊടിയുടെ ഗാനം വിഷാദപൂർണമാണെങ്കിലും വാക്കുകൾക്കതീതമായ ഒരു അനുഭൂതിയാണ് അത് കവിഹൃദയത്തിൽ നിറയ്ക്കുന്നത്. വിഷാദവതിയായ ആ കന്യകയുടെ അധരങ്ങളിൽനിന്നും മധുരവീചികൾ താഴ്‌വാരങ്ങൾ കവിഞ്ഞൊഴുകുകയാണ്. പ്രകൃതിയുടെ മായികമായ നിശ്ശബ്ദതയും ആർദ്രമായ നിസ്വനങ്ങളും ശിൽപ്പഭംഗിയാർന്ന് പ്രവഹിക്കുന്ന അനുഭവമാണ് വായനക്കാർക്ക് ലഭ്യമാവുന്നത്.

പ്രകൃതിയെ സ്വച്ഛന്ദതയുടെയും പ്രശാന്തിയുടെയും മൂർത്തിമത് ഭാവമായിട്ടാണ് വേർഡ്സ്‌വർത്ത് വരച്ചുവയ്ക്കുന്നത്. (Poetry is the spontaneous overflow of the powerful emotions and feelings recollected in transquillity.) ഇത് കവിതയ്ക്ക് വിശ്വകവി നൽകുന്ന നിർവചനമാണ്. അതിന്റെ അർഥമിതാണ്; *(പ്രശാന്തതയിൽനിന്നും അനുസ്മരിപ്പിക്കപ്പെടുന്ന ശക്തമായ വികാരങ്ങളുടെയും ഭാവങ്ങളുടെയും നൈസർഗികമായ പതഞ്ഞൊഴുകലാണ് കവിത).* കാട്ടുതാറാവുകളും മഴപ്പക്ഷികളും രാപ്പാടികളും മയിലുകളും ചിത്രശലഭങ്ങളും തേൻപൂക്കളും മധുരഫലങ്ങളും ആരാമങ്ങളും കാട്ടുപൊയ്കകളും വനസ്ഥലികളിലെ പർണശാലകളും പച്ചപ്പുൽമെതാനങ്ങളും മഞ്ഞിന്റെ ഉടയാടയണിഞ്ഞ ശൈലസാനുക്കളും നൃത്തംചെയ്യുന്ന കവിതകളാണ് വേർഡ്സ്‌വർത്തിന്റേത്. പ്രപഞ്ചത്തിന്റെ ദൃശ്യവും ശ്രാവ്യവും ശാബ്ദികവും സൗരഭ്യപൂർണവുമായ ലാവണ്യം ഇത്രമേൽ കവിതയിൽ ആവാഹിച്ച വിശ്വകവികൾ അപൂർവമാണ്.

ഗ്രാസ്മിയറിലെ ഡൗവ് കോട്ടേജ് ചാരുതയാർന്ന ഒരു വനസ്ഥലിയാണ്. ഗ്രാസ്മിയർ തടാകത്തിന്റെ തീരം പച്ചിലച്ചാർത്തുകളാൽ അനുഗൃഹീതമാണ്. 'മരതകകാന്തിയിൽ മുങ്ങിയ' ആ സരോവരതീരം കടന്നാൽ ലതാനികുഞ്ജങ്ങൾ തീർത്ത വാതിൽ സന്ദർശകരെ അഭിവാദനം ചെയ്യുന്നു. പൈൻമരങ്ങളും മുളങ്കാടുകളും ഏകാകിനികളായ ലതകളും നിറഞ്ഞ ഒരു ആരാമത്തിലേക്കാണ് സന്ദർശകർ എത്തുന്നത്. പർണശാലക്കു പശ്ചാത്തലമായി നിൽക്കുന്ന ഗിരിനിരകളുടെ താഴ്‌വാരത്തിൽ വിവിധ നിറങ്ങളിലുള്ള ശിലകൾ കാണാം. ചുവപ്പും പച്ചയും കറുപ്പും നിറമാർന്ന ശിലകൾ നിറഞ്ഞ ഗിരിനിരകൾ നൽകുന്നത് ചാരുതയാർന്ന ദൃശ്യമാണ്. മഞ്ഞിൽ കുളിച്ചുനിൽക്കുന്ന ശൈലശൃംഗങ്ങളിൽ പുലർകാല സൂര്യന്റെ വെട്ടം പതിഞ്ഞാൽ ചിറകുവിടർത്തി നിൽക്കുന്ന അരയന്നങ്ങളാണെന്നു തോന്നും. ഹേമന്തത്തിൽ ഈ ശൈലനിരകളിൽ

പനിനീർമഴ പെയ്യുമ്പോൾ ആ ഈറൻ ഇലച്ചാർത്തുകൾക്കിടയിലിരുന്ന്, വേർഡ്സ്വർത്ത് കവിതകൾ ചൊല്ലും. അത് വെറും കവിതയായിരുന്നില്ല പ്രകൃതിയുമായി ആത്മസംഭാഷണമായിരുന്നു. ഒരു ഉന്മാദിനിയുടെ ഹൃദ യമാണല്ലോ കവിമനസ്സ് എന്നുപറയുന്നത്. വൃക്ഷശാഖികൾ തീർത്ത ഒരു കൊട്ടാരത്തിനകത്താണ് കവിയുടെ പർണശാല. രാത്രിയുടെ സാന്ദ്ര നിശ്ശബ്ദതയിൽ, ശരറാന്തൽ വെളിച്ചത്തിൽ, കവി തന്റെ കിളിവാതിലി ലൂടെ പുറത്തേക്കുനോക്കും. മധുരഫലങ്ങൾ നിറഞ്ഞ പൂന്തോപ്പിൽ നിന്നും ഇളംകാറ്റിലാടുന്ന വൃക്ഷശാഖികളുമായി കവി നർമസല്ലാപം നടത്തുന്ന അപൂർവനിമിഷങ്ങളാണവ.

ഈ പർണശാലയ്ക്കകത്താണ് വേർഡ്സ്വർത്ത് തന്റെ കുടുംബാം ഗങ്ങളുമൊത്ത് ദിനരാത്രങ്ങൾ ചെലവിട്ടത്. കോൾറിഡ്ജ്, ഡിക്കിൻസി, എന്നീ കവിസുഹൃത്തുക്കളും ആത്മസഖി യായ മേരിയും പ്രിയപ്പെട്ട സഹോദരി ദോറോതിയും ഇവിടെയാണ് താമസിച്ചത്. പർണശാലയ്ക്കുമുന്നിൽ വേർഡ്സ്വർ ത്തുതന്നെ നട്ടുവളർത്തിയ ചെടികൾ. അവ ചെടികളായിരുന്നില്ല; സഹോദരി ദോ റോത്തിയെപ്പോലെ തന്നെ വാത്സല്യ പൂർവം താൻ പരിചരിച്ച പ്രിയങ്കരികളായ കൂട്ടുകാരികൾ. ദോറോതിക്ക് വേർഡ്സ്വർ ത്തിനോട് തീവ്രമായ സ്നേഹബന്ധമായി രുന്നു ഉണ്ടായിരുന്നത്. അദ്ദേഹത്തിന്റെ മിക്ക കവിതകളും പകർത്തിയെഴുതിയത് ദോറോതിയായിരുന്നു. നിത്യമായ രോഗ ങ്ങൾ അലട്ടിയിരുന്ന ദോറോതിയുടെ ഏകാശ്രയമായിരുന്നു സഹോദരനായ വേർഡ്സ്വർത്ത്. കുട്ടിക്കാലത്തുതന്നെ

കവിയുടെ സഹോദരി ദോറോതി

പിതാവും മാതാവും നഷ്ടപ്പെട്ട ദോറോതി പല ബന്ധുക്കളുടെയും സംര ക്ഷണയിൽ വളർന്നാണ് സഹോദരനോടൊപ്പം ഡൗവ് കോട്ടേജിലെത്തു ന്നത്. *ടിന്റേൺ ഏബി (Tintern Abbey)*എന്ന കവിതയിൽ വേർഡ്സ് വർത്ത് ദോറോതിയെക്കുറിച്ച് പരാമർശിക്കുന്നതിതാണ്;

> "Of this fair river, thou my dearest Friend,
> My dear, dear Friend, and in thy voice I catch
> the language of my former heart, and read
> My former pleasures in the shooting lights
> of thy wild eyes........
> My dear, dear sister!"

(ഈ മനോഹരമായ നദിയുടെ ചാരെ,
എന്റെ പ്രിയങ്കരിയായ സഹോദരീ നീയുമൊത്ത്,

എന്റെ ഏറ്റവും പ്രിയമുള്ള സുഹൃത്തേ, നീയുമൊത്ത്,
നിന്റെ സ്വരത്തിൽ ഞാനെന്റെ
പൂർവകാല ഹൃദയത്തിന്റെ ഭാഷ കണ്ടെത്തുന്നു,
നിന്റെ വന്യമായ മിഴികളിൽ
ഒളിചിതറുന്ന പ്രകാശത്തിൽ
ഞാനെന്റെ ഗതകാല ആനന്ദങ്ങൾ
വായിച്ചറിയുന്നു.)

മഹാദേവാലയവും ശ്യാമവനവും

വേർഡ്സ്‌വർത്തിന്റെ ഏറ്റവും പ്രശസ്തമായ കവിതകളിലൊ ന്നാണ് *Lines composed a few miles above Tintern Abbey* (ടിന്റേൺ ഏബിക്ക് സ്വൽപ്പം മുകളിലിരുന്ന് രചിച്ച വരികൾ). മോൺമൗത്ത് ഷൈറിലെ (Monmouthshire) വൈ (wye) നദീതീരത്ത് സ്ഥിതിചെയ്യുന്ന ഒരു ക്രിസ്തീയ ദേവാലയമാണിത്. ചെപ്സ്റ്റോവിലെ ഒരു പ്രഭുവായി രുന്ന വാൾട്ടർ ഡി ക്ലേർ (walter de clare) ആണിത് പണികഴിച്ചതെന്ന് വിശ്വസിക്കപ്പെടുന്നു. മൂന്നുഭാഗവും ഇടതൂർന്ന വനങ്ങളാലും ഒരുഭാഗം വൈനദിയാലും ചുറ്റപ്പെട്ടതാണ് ഈ പൗരാണിക ദേവാലയം. ലോകമെ ങ്ങുമുള്ള ആയിരക്കണക്കിനു സഞ്ചാരികളെ ആകർഷിക്കുന്ന ഈ ചരി ത്രസ്മാരകത്തിന് പ്രകൃതിയെ അതിരറ്റു പ്രണയിച്ച ഒരു കവിഹൃദയ ത്തിന്റെ ആത്മനൊമ്പരങ്ങളുടെയും ആഹ്ലാദങ്ങളുടെയും കഥ പറയാ നുണ്ട്.

കാടിന്റെ അഗാധ നിശ്ശബ്ദത ഓളം തല്ലുന്ന ഈ രമണീയമായ പ്രകൃതിയുടെ മടിത്തട്ടിൽ മൂന്നുതവണ സന്ദർശനം നടത്തിയതിന്റെ ഫല മാണ് വേർഡ്സ്‌വർത്തിന്റെ പ്രസിദ്ധമായ *ടിന്റേൺ ഏബി* എന്ന കവിത.

ടിന്റേൺ ഏബി

കവിയുടെ ശവകുടീരം

പൗരാണികശില്പവൈഭവം മുറ്റിനിൽക്കുന്ന ഈ ദേവാലയത്തിനു ചുറ്റും കമ്പിളിപ്പുതപ്പുകൾ വിരിയിട്ടപോലുള്ള പുൽത്തകിടിയാണ്. കാട്ടാടുകൾ സൈരവിഹാരം നടത്തുന്ന ഈ ദേവഭൂമിയിൽ സഹോദരി ദോരോതി യുടെ കരംഗ്രഹിച്ച് വേർഡ്സ്വർത്ത് പ്രകൃതിയുടെ ലഹരി നുകർന്നി ട്ടുണ്ട്. ഇളംമാനുകളെപ്പോലെ തുള്ളിത്തിമർത്തതിനെക്കുറിച്ച് കവിതയിൽ പരാമർശിക്കുന്നുണ്ട്. നീലത്തിരകൾ നിറഞ്ഞ വൈനദിയിൽ കണ്ണാടി നോക്കുന്ന കൊച്ചു പൂമൊട്ടുകളെ തൊട്ടുതലോടി നടന്നിട്ടുണ്ട്, കവി ഈ സ്വപ്നഭൂമിയിൽ. വെള്ളിമേഘങ്ങളെ ചുംബിക്കുന്ന ദേവാലയത്തിന്റെ പ്രൗഢഛായയിലിരുന്ന് കവി നക്ഷത്രങ്ങളോട് സംസാരിച്ചിട്ടുണ്ട്. കാടിന്റെ സംഗീതവീചികളെ വാങ്മയബിംബങ്ങളാക്കുകയായിരുന്നു, വേർഡ്സ്വർത്ത്. പഴത്തോട്ടങ്ങളും പുൽത്തട്ടുകളും പൂമൊട്ടുകളും നിറഞ്ഞ ഈ വനഭൂമിയാണ് വേർഡ്സ്വർത്തിന് ആത്മീയമായ ശാന്തി പകർന്നു നൽകിയത്. അന്ധനായ മനുഷ്യന് കാഴ്ചലഭിച്ചപോലുള്ള അനർഘമായ അനുഭൂതിവിശേഷത്തെക്കുറിച്ചാണ് കവി പറയുന്നത്. ആദ്യഘട്ടത്തിലൊന്നും പ്രകൃതിയുടെ ആന്തരികസൗന്ദര്യവും സംഗീ തവും അറിയാൻ കവിക്കു കഴിഞ്ഞില്ല. പ്രഥമഘട്ടത്തിൽ ഗൃഹാതുരത്വ സങ്കൽപ്പങ്ങൾക്ക് നിറം പകരാനാണ് അല്ലെങ്കിൽ സാമ്യമകന്ന കൗമാര സ്വപ്നങ്ങൾക്ക് സാക്ഷാത്കാരം ലഭിക്കാനായിരുന്നു കവി ഈ ആരാമ വനിയിൽ എത്തിയിരുന്നത്. പ്രകൃതി ആ ഘട്ടത്തിൽ ഒരു കാമുകിയെ പ്പോലെ കവിക്ക് മോഹിനിയായി അനുഭവപ്പെട്ടു. ആഹ്ലാദഭരിതവും വന്യ

വുമായ ഔത്സുക്യങ്ങൾ (glad and animal movement) ഇന്നെങ്ങോ
പോയ്മറഞ്ഞു. കവി ഇന്നു ജീവിത സായന്തനത്തിലാണ്. മദിപ്പിക്കുന്ന
പ്രണയമോഹങ്ങൾ ഇന്നില്ല. തിരയടങ്ങാത്ത കടൽപോലെ ക്ഷോഭ്യമായ
അഭിലാഷങ്ങൾ വിളഞ്ഞ മനസിന്ന് സ്ഫടിക സ്നിഗ്ധമാണ്. പ്രകൃതി
യുടെ ബാഹ്യലീലകൾക്കപ്പുറത്ത് വിളങ്ങുന്ന ഒരു ആന്തരികസംഗീതം
കവിഹൃദയത്തെ പ്രശാന്തമാക്കുന്നു. അതിന്റെ അന്യൂനമായ അനുഭൂ
തിയിലാണ് കവി *ടിന്റേൺ ഏബിയെ* കാണുന്നത്. ഈ ദേവാലയത്തിന്
ചുറ്റുമുള്ള പർവതങ്ങളുടെയും അപ്പുറത്തുനിന്ന് തന്നെ അനുഗ്രഹിക്കു
ന്നത് വിശ്വപ്രകൃതിയാണെന്ന് വേർഡ്സ്വർത്ത് വിശ്വസിച്ചു. അനന്ത
മായ ഈ പ്രകൃതിയുടെ നിസ്തുലഭാവങ്ങൾ മനുഷ്യൻ ഉൾക്കൊള്ളാ
ത്തതാണ് എല്ലാവിധ തിന്മകളുടെയും കാരണമെന്ന് അദ്ദേഹം കരുതി.
ഭൗതികലോകത്തിന്റെ ഭോഗാലസ്യങ്ങളിൽ മുഴുകിയ മനുഷ്യസമൂഹ
ത്തിന് നന്മയിലേക്കു തിരിച്ചുവരാനുള്ള വഴികൂടിയാണ് ഈ പ്രകൃതി
ഉപാസനയെന്ന് കാൽപ്പനിക കവിയായ വേർഡ്സ്വർത്ത് വിശ്വസിച്ചു.
ഇത്, സാമൂഹിക വ്യവസ്ഥയെക്കുറിച്ചും ഭരണകൂടങ്ങളെക്കുറിച്ചുമുള്ള
ഗൗരവതരമായ ചിന്തകളിൽനിന്നും വേർഡ്സ്വർത്തിനെ അകറ്റി.
എങ്കിലും കൽപ്പനാസുരഭിലമായ തന്റെ ഈരടികൾ പ്രകൃതിക്കായി
സമർപ്പിച്ച ഈ അനശ്വരപ്രതിഭയുടെ വിശ്വപ്രകൃതിസ്നേഹം സമാന
തകളില്ലാത്തതാണ്.

2

നിത്യപ്രകൃതിയുടെ കാവൽമാലാഖയായ ഫുക്കുവോക്ക

സ്വ‍ർണവർണമാർന്ന നാരങ്ങകൾ വിളഞ്ഞുനിൽക്കുന്ന നാരകമ രങ്ങളും കരയാമ്പൂവും കൂണും പുൽച്ചെടികളും ധാന്യച്ചെടികളും നിറ ഞ്ഞുനിൽക്കുന്ന പൂങ്കാവനത്തിലൂടെ തന്നെ നോക്കി മന്ദഹസിക്കുന്ന പൂക്കളുടെ കവിളിൽ തലോടിയും അവയോടു കിന്നാരം പറഞ്ഞും നട ന്നുവരുന്ന സൗമ്യഭാവമാർന്ന ആ വൃദ്ധനെ കണ്ടാൽ വെറുമൊരു ഗ്രാമീ ണ കർഷകനാണെന്നേ തോന്നൂ. അധരങ്ങളിൽ മന്ദഹാസം മായാത്ത

ഫുക്കുവോക്ക

ഈ വൃദ്ധനെ സൂക്ഷിച്ചുനോക്കിയാൽ ഒരു സന്യാസിയുടെ കണ്ണുകളെന്ന പോലെ അവ നമ്മെ തെല്ലിട ശാന്തനാ ക്കും. വിശാലമായ നെറ്റിത്തടവും കഷ ണ്ടിയും വൃദ്ധനാണെന്നു തോന്നിക്കുമെ ങ്കിലും ആ കണ്ണുകളിൽ തത്തിക്കളി ക്കുന്ന ബാലസഹജമായ ഒരു കുസൃതി ഭാവമുണ്ട്. വൃദ്ധനായ തന്നോട് ആളു കൾ കാണിക്കുന്ന ചിരപരിചിതമായ ആദരവിനെ പരിഹസിക്കുന്ന ഒരു ഭാവം. ഇടതൂർന്നുവളർന്ന തന്റെ പൂങ്കാവന ത്തിൽ സൈ്വരവിഹാരം നടത്തുന്ന കോഴികളും പ്രാവുകളും തുടങ്ങി അവിടെ നിശാസഞ്ചാരം നടത്തുന്ന കാട്ടുമൃഗങ്ങൾവരെ തന്റെ കളിക്കൂട്ടു കാരാണ് ഈ കർഷകന്. ജാപ്പനീസ് ഗാന്ധിയെന്നു വിശേഷിപ്പിക്കപ്പെടുന്ന

ഈ ഗ്രാമീണകർഷകൻ മറ്റാരുമല്ല 20–ാം ശതാബ്ദം ലോകത്തിനു സംഭാ വനനൽകിയ മഹാപുരുഷന്മാരിൽ ശ്രദ്ധേയനായ സാക്ഷാൽ മസനുബ ഫുക്കുവോക്കയാണിത്. *ഒറ്റവൈക്കോൽ വിപ്ലവം (One-Straw Revolution)* എന്ന ഒരൊറ്റ ഗ്രന്ഥത്തിലൂടെ മാനവരാശിയുടെ ചിന്താമണ്ഡല ത്തിൽ വിവാദങ്ങളുടെയും സംവാദങ്ങളുടെയും അലയൊലി സൃഷ്ടിച്ച ഫുക്കുവോക്ക മഹാന്മാരായ പ്രകൃതിസ്നേഹികളിൽ അദ്വിതീയനാണ്. വിശ്വവിഖ്യാതനായ ലിയോ ടോൾസ്റ്റോയിയുടെ ഒരു കഥയിലെ ഒരി ക്കലും മറക്കാൻ കഴിയാത്ത ഒരു വൃദ്ധനുണ്ട്. പടുവൃദ്ധനാണെങ്കിലും യുവസഹജമായ ആത്മവീര്യത്തോടെ താൻ നട്ടുവളർത്തിയ മാമ്പഴ ത്തോളം വലിപ്പമാർന്ന ധാന്യമണികൾ കൈകളിലെടുത്ത് പുഞ്ചിരിപൊ ഴിക്കുന്ന ആ കർഷകനെയാണ് ഫുക്കുവോക്ക അനുസ്മരിപ്പിക്കുന്നത്.

2008–ലാണ്, 95–ാമത്തെ വയസിൽ ഈ മഹാനായ പ്രകൃതി സ്നേഹി തന്നെ സ്നേഹിച്ച താൻ സ്നേഹിച്ച സർവതിനോടും യാത്ര പറഞ്ഞത്. ജൈവകൃഷിയുടെ അഥവാ പ്രകൃതിക്കൃഷിയുടെ ആചാര്യ നായിട്ടാണ് ലോകം ഫുക്കുവോക്കയെ വാഴ്ത്തുന്നത്. മണ്ണിന്റെയും ജല ത്തിന്റെയും വായുവിന്റെയും പരിസ്ഥിതിയുടെയും ജീവശേഷിയെ നശി പ്പിക്കാതെ എങ്ങനെ കൃഷിചെയ്യാമെന്ന് ഫുക്കുവോക്ക ലോകത്തെ പഠി പ്പിച്ചു. മണ്ണും വായുവും ജലവും പരിസ്ഥിതിയും മലിനമാക്കാതെ കൃഷി ചെയ്യാനും മെച്ചപ്പെട്ട വിളകൾ കൊയ്യാനും പര്യാപ്തമായ ഒരു കൃഷി രീതി അദ്ദേഹം വികസിപ്പിച്ചു. ഈ കൃഷിരീതിയിലൂടെ മനുഷ്യന്റെ മാത്ര മല്ല സർവജീവജാലത്തിന്റെയും പ്രകൃതിയുടെ തന്നെയും ആരോഗ്യവും ചൈതന്യവും പൂർവാധികം ശക്തിപ്പെടുത്താൻ കഴിയുന്നതെങ്ങനെ യെന്ന് മഹാനായ ഈ കൃഷിക്കാരൻ ലോകത്തെ പഠിപ്പിച്ചു. 'മഹാനായ കൃഷിക്കാരൻ' എന്നു പറഞ്ഞതുകൊണ്ട് ഫുക്കുവോക്കയുടെ മഹത്വത്തെ ഇടിച്ചുകാണിക്കുകയാണെന്ന് വായനക്കാർ കരുതുന്നുണ്ടാവും. ഒരിക്ക ലുമില്ല. മനുഷ്യസംസ്കാരത്തിന്റെ അടിത്തറയാണ് കൃഷി. സാംസ്കാ രികവികാസത്തിന് കൃഷിമാത്രം പോരായിരിക്കും. സംസ്കാരം വികസി ക്കണമെങ്കിൽ ഭൗതികമായ പുരോഗതി വേണം. ഗതാഗതം, വിദ്യുച്ഛക്തി, വാർത്താവിനിമയം, ശാസ്ത്ര–സാങ്കേതിക പുരോഗതി, കലാസാംസ്കാ രിക വികാസം എന്നിവയെല്ലാമുണ്ടാവണം. പക്ഷേ, കൃഷിയും മണ്ണുമാ യുള്ള മനുഷ്യന്റെ ബന്ധം തകരുന്നതോടെ ഒരു സമൂഹത്തിന് മേൽപ്പ റഞ്ഞ വികാസങ്ങളുടെയൊന്നും തന്നെ യഥാർഥ ഫലം നുകരാൻ കഴി യില്ല. മണ്ണും ജലവും വായുവും മലിനമായാൽ മറ്റെല്ലാ ഭൗതിക പുരോ ഗതിയും മനുഷ്യരാശിക്ക് അനുഭവിക്കാൻ കഴിയാതാവും. മഹാരോഗ ങ്ങൾ മനുഷ്യരെ മാത്രമല്ല, സർവ ജീവജാലത്തെയും കീഴടക്കും. പരി സ്ഥിതി തകരാറിലാവും. പ്രകൃതിയുടെ താളംതന്നെ നിലയ്ക്കും. അത്യൂ ഷ്ണവും അതിശൈത്യവും മനുഷ്യസമൂഹത്തെ ഗ്രഹിക്കും. ശാരീരി കവും മാനസികവുമായ ആരോഗ്യം നശിക്കുകമാത്രമല്ല, മനസിന്റെ താളവും സ്വച്ഛന്ദതയും അപകടത്തിലാവും. ആധുനികസമൂഹം ഈ

പറഞ്ഞ എല്ലാ വിപത്തുകളും ഏറിയും കുറഞ്ഞും ഇന്നനുഭവിക്കുക യാണ്. സ്വച്ഛവും ശാന്തവുമായി ഒഴുകിയ തെളിനീരരുവികളും നദികളു മെല്ലാം വറ്റി വരളുന്ന കാഴ്ച നാമിന്നു ചുറ്റുംകാണുന്നു. സഹ്യപർവത ത്തിന്റെ ചാരുനിരകളിൽനിന്ന് പൊട്ടിച്ചിരിച്ച് പതഞ്ഞൊഴുകിയ നമ്മുടെ പ്രിയപ്പെട്ട നദികളിന്ന് മാലിന്യങ്ങളുടെ കൂമ്പാരമായി മാറുന്നു. ജലാശ യങ്ങളും കിണറുകളും കുളങ്ങളും വയലുകളും നീർത്തടങ്ങളും വറ്റിവ രണ്ടു. കടമ്മനിട്ടയുടെ പ്രസിദ്ധമായ *ശാന്ത*യെന്ന കവിതയിൽ ഒരു ഭാഗ മുണ്ട്. വറ്റിവരണ്ട ഒരു ഗ്രാമത്തിന്റെ ദൈന്യതയേറിയ ഒരു ചിത്രമാണ് കവി വരച്ചുവയ്ക്കുന്നത്. 'ഒരു കാക്കക്കാലിന്റെ തണലുപോലുമില്ലാത്ത' ഒരു ഗ്രാമത്തെയാണ് കവി ആവിഷ്കരിക്കുന്നത്. കുളിക്കാൻ മാത്രമല്ല, കുടിക്കാൻപോലും വെള്ളമില്ലാത്ത ഒരു ഗ്രാമം. ഇത്തരത്തിലുള്ള ജല സ്പർശവും ആർദ്രതയും കുളിർകാറ്റും നഷ്ടപ്പെട്ട ഒരാഗോളഗ്രാമമായി ലോകം മാറുന്ന പരിത:സ്ഥിതിയിലാണ് ഫുക്കുവോക്ക രംഗപ്രവേശം ചെയ്യുന്നത്.

കിറുക്കനായ കൃഷിക്കാരൻ

പല നിലയ്ക്കും കിറുക്കനാണ് ഫുക്കുവോക്കയെന്ന് പലരും വില യിരുത്തി. പ്രായോഗികബുദ്ധിയില്ലാത്ത ഒരു സ്വപ്നാടകനായി ചിലർ അദ്ദേഹത്തെ ചിത്രീകരിച്ചു. സാമാന്യബോധത്തിന് നിരക്കാത്ത ചില കാര്യങ്ങളാണ് അദ്ദേഹം ലോകസമക്ഷം അവതരിപ്പിച്ചത്. ആ നിലയ്ക്ക് അദ്ദേഹം ഇത്തരത്തിൽ ചിത്രീകരിക്കപ്പെട്ടതിൽ അത്ഭുതമില്ല. മഹാനായ ഈ കിറുക്കന്റെ മഹത്തായ കിറുക്കുകൾ വിശദീകരിക്കുന്നതിനുമുമ്പ് ഒരു കാര്യം വ്യക്തമാക്കേണ്ടതുണ്ട്. ഫുക്കുവോക്ക വെറുമൊരു കൃഷി ക്കാരനായിരുന്നോ? ബുദ്ധിജീവികൾ ഇതിനു നൽകുന്ന വിശദീകരണ മിതാണ്. ഫുക്കുവോക്ക മഹാനായ ഒരു ദാർശനികനും ശാസ്ത്രകാരനും മനുഷ്യസ്നേഹിയും പരിസ്ഥിതിവാദിയും പ്രകൃതിസ്നേഹിയും ഒക്കെ യായിരുന്നു. കൃഷിയെന്നത് ഒരു ജീവിതരീതിയാണ്. മണ്ണുമായുള്ള ആത്മ ബന്ധമാണ് ഫുക്കുവോക്കയ്ക്ക് കൃഷി. പ്രകൃതിയിലെ സർവജീവ-ജ ന്തുജാലവും പരസ്പരം ബന്ധിപ്പിക്കുന്ന പരിസ്ഥിതിയുടെ ഒരു താള മുണ്ട്. ആ താളത്തിന് ഭംഗം വരുമ്പോൾ എല്ലാ ജീവജാലങ്ങളിലും അതിന്റെ വിനാശകരമായ ഫലമുണ്ടാവും. സൂക്ഷ്മവും സ്ഥൂലവുമായ ഈ പ്രകൃതിയുമായി ഹൃദയബന്ധം പുലർത്തുമ്പോൾ ലഭിക്കുന്ന അനു ഭൂതിയെ ഫുക്കുവോക്ക ആത്മീയത എന്നു വിളിക്കുന്നു.

പുലരിപ്രഭയിൽ കുളിച്ചുനിൽക്കുന്ന തന്റെ തോട്ടത്തിൽ കടന്നുവരാ റുള്ള വന്യമൃഗങ്ങളെ ഫുക്കുവോക്ക ഭയപ്പെടുന്നില്ല. വന്യമൃഗങ്ങൾ ഹിംസിക്കുന്നവരല്ലെന്ന് ഫുക്കുവോക്ക പറയുന്നു. ആത്മപ്രതിരോധ ത്തിന്റെ ഭാഗമായാണ് അവർ ആക്രമണം നടത്തുന്നത്. സ്വന്തം ജീവൻ രക്ഷിക്കുന്നതിനും ഇരതേടുന്നതിനുമല്ലാതെ സിംഹങ്ങളോ പുലികളോ മനുഷ്യരെ ആക്രമിക്കുന്നില്ല. പ്രകൃതിയുടെ ഊർജം എന്നുപറയുന്നത്

ജൈവകൃഷി

വ്യത്യസ്ത ജീവജാലത്തിലൂടെ പ്രസരിക്കുന്നതാണ്. അവിടെ ചെറിയ ജീവികളെന്നോ വലിയ ജീവികളെന്നോ ഇല്ല. ജീവവംശത്തിന്റെ നില നിൽപ്പ് ആശ്രയിച്ചിരിക്കുന്നത് ഈ പരസ്പരാശ്രയത്വത്തിലാണ്. വിശ്വ പ്രസിദ്ധനാടകകൃത്തായ ബർണാർഡ്ഷായുടെ ഒരു നാടകമുണ്ട്; *ആന്റി യോക്കിൾസ് ആന്റ് ലയൺ* (Antiocles and Lion) എന്നാണതിന്റെ പേർ. മുടന്തനും വൃദ്ധനുമായ ഒരു സിംഹത്തിന്റെ പുറത്തുകയറി സവാ രിചെയ്യുന്ന ആന്റിയോക്കിൾസിന്റെ ഭാവമാണ് ഫുക്കുവോക്കയ്ക്ക്. പ്രസിദ്ധ കഥാകൃത്തായ വൈക്കം മുഹമ്മദ് ബഷീർ, ഉപയോഗിച്ച 'ഭൂമി യുടെ അവകാശികൾ' എന്ന പ്രയോഗം ഇവിടെ പ്രസക്തമാണ്. ആടും പാമ്പും ചേരയും എലിയും പൂച്ചയുമെല്ലാം സൈ്വരവിഹാരം നടത്തുന്ന തന്റെ വീടിന്റെ ആനന്ദം ഈ പാരസ്പര്യമാണെന്ന് ബഷീർ പറഞ്ഞു. എന്നാൽ പ്രകൃതിയെ നിസ്സംഗമായി ആസ്വദിക്കുകമാത്രമായിരുന്നില്ല ഫുക്കുവോക്ക. മറിച്ച് അതിൽ സൃഷ്ടിപരമായി ഇടപെടുകയായിരുന്നു. ജീവജാലങ്ങൾ പരസ്പരം സഹവർത്തിത്വത്തിൽ ജീവിക്കുന്നതിന്റെ അടി സ്ഥാനം ഇരതേടലും ഇണതേടലുമാണ്. പ്രകൃതിയുടെ സ്വതന്ത്രവും സ്വച്ഛന്ദവുമായ സഹവർത്തിത്വം അപകടപ്പെടുമ്പോൾ ഇതെല്ലാം സ്വാഭാ വികമായും തകരാറിലാവും. മുഴുവൻ ആവാസവ്യവസ്ഥയും അപകട ത്തിലാവും. വ്യവസായവൽക്കരണത്തിന്റെയും മുതലാളിത്തത്തിന്റെയും വികാസമാണ് പ്രകൃതിയുടെ സ്വച്ഛന്ദതയെ തകർക്കുന്നത്. അനർഗള മായി പൊട്ടിച്ചിരിച്ചൊഴുകുന്ന നദീമുഖങ്ങളിലാണ് മാനവസംസ്കാരം തന്നെ മൊട്ടിട്ടത്. ടാർസൻ കഥകളിലും മറ്റും കാണാറുള്ളപോലെ മനു

ഷ്യനും വന്യ-നാട്ടു വ്യത്യാസമില്ലാതെ മൃഗങ്ങളും ജീവജാലവും പര
സ്പരം ഇണങ്ങിയും പിണങ്ങിയും സൈരവിഹാരം നടത്തുന്ന ലോക
ത്തിൽ നിന്നുമാണ് മനുഷ്യസംസ്കാരത്തിന്റെ തന്നെ ഉദയം. തങ്ങൾക്കാ
വശ്യമുള്ളതെല്ലാം നൽകുന്ന കാരുണ്യമൂർത്തിയായ ദേവതയും അമ്മ
യുമായിട്ടാണ് ആദിമമനുഷ്യസമൂഹം പ്രകൃതിയെ സ്നേഹിച്ചതും ആരാ
ധിച്ചതും. പ്രാചീനഗുഹാമുഖങ്ങളിൽ കോറിയിട്ട ചുവർചിത്രങ്ങളിലും
വാസ്തുശിൽപ്പങ്ങളിലും ഇതിന്റെ മുദ്രകൾ കാണാം. പ്രകൃതിയുമായുള്ള
ബന്ധമെല്ലാം പ്രകൃതിയിലെ മുഴുവൻ ജീവഗണവുമായുള്ള ഐക്യമാ
ണ്. പളുങ്കുമണികൾപോലെ ഒഴുകുന്ന നദികളിലും കാട്ടാറുകളിലും ആടി
ത്തിമിർത്തും കാട്ടാടുകളുടെ മുലപ്പാൽ നുണഞ്ഞും വനാന്തരങ്ങളിലെ
മധുരഫലങ്ങൾ ആസ്വദിച്ചും പക്ഷികളുടെ കളകൂജനത്തിനു കാതോർ
ത്തും മദിച്ചുരസിച്ച ആദിഗോത്രവ്യവസ്ഥയിൽ നിന്നാണ് മാനവനാഗരി
കതയുടെ പിറവി. കലയും കവിതയും സംഗീതവും പിറവിയെടുത്തത്
അവിടെനിന്നാണ്. മനുഷ്യൻ തന്നോടും മറ്റുള്ളവരോടും പുലർത്തുന്ന
സ്നേഹബന്ധത്തിന്റെയും സഹിഷ്ണുതയുടെയും ആദിപാഠങ്ങൾ പഠി
ക്കുന്നത് പ്രകൃതിയുമായുള്ള ഈ പാരസ്പര്യത്തിൽ നിന്നാണ്. ചുരു
ക്കിപ്പറഞ്ഞാൽ പ്രകൃതിയാണ് മനുഷ്യസമൂഹത്തിന്റെ സർവകലാശാല.
സർവജീവജാലവും ഭൂമിയുടെ അവകാശികളാണെന്ന ദർശനത്തിന്റെ
അന്തഃസത്തയിതാണ്. പ്രകൃതിയിൽ സ്വയമേവ രൂപപ്പെടുന്ന ജീവന്റെ
മുകുളങ്ങളാണ് നമ്മുടെ ആവാസവ്യവസ്ഥയുടെ അടിസ്ഥാനം.

വിശ്വപ്രസിദ്ധ ആംഗലേയ സാഹിത്യകാരനായ ഓസ്കാർ വൈൽഡിന്റെ
സ്വാർഥനായ രാക്ഷസൻ (Selfish Gaint) എന്ന കഥയിൽ ഈ ആശയ
മുണ്ട്. കുട്ടികൾ ഓടിച്ചാടിക്കളിക്കുന്ന ഒരു മനോഹരമായ ആരാമമാണ്
ഈ കഥയുടെ കേന്ദ്രപശ്ചാത്തലം. വസന്തമായാൽ വനജ്യോത്സനയും
സൂര്യകാന്തിയും അവീൻ പുഷ്പങ്ങളും മദഗന്ധം പടർത്തി തിമിർത്തു
നിൽക്കുന്ന പൂങ്കാവനത്തിലാണ് കുട്ടികൾ കളിക്കുന്നത്. എന്നാൽ ഈ
ആരാമത്തിന്റെ ഉടമസ്ഥൻ ഒരു രാക്ഷസനാണ്. തന്റെ പൂങ്കാവനത്തിൽ
മറ്റുള്ളവർ കളിക്കുന്നത് ഇഷ്ടപ്പെടാത്ത ആ സ്വാർഥരാക്ഷസൻ അവിടെ
ഒരു ബോർഡുവയ്ക്കുന്നു.

ഒരു ദിനം കുട്ടികൾ കളിക്കാൻ വന്നപ്പോൾ കണ്ട കാഴ്ചയാണിത്.
ഇനിയിവിടെ കളിക്കാൻ പാടില്ലെന്ന് രാക്ഷസൻ ആക്രോശിച്ചു. കുട്ടികൾ
പ്രയാസത്തോടെ തിരിച്ചുപോയി. കുട്ടികളുടെ അസാന്നിധ്യത്തിൽ
പൂന്തോട്ടത്തിൽ വസന്തദേവത വന്നില്ല. പകരം മുടൽമഞ്ഞും ഹിമശില
കളും നിറഞ്ഞു. കാറ്റ് ആഞ്ഞുവീശി.

ചെടികൾ തളിർത്തില്ല. പൂക്കൾ കൊഴിഞ്ഞു വീണു. തന്റെ പൂങ്കാ
വനത്തിൽ കണ്ട കാഴ്ച രാക്ഷസനെ അമ്പരപ്പിച്ചു. വേദനിപ്പിച്ചു. കുട്ടി
കളുടെ അസാന്നിധ്യമാണ് ഇതിനൊക്കെ കാരണമെന്ന് പ്രകൃതി അവനെ
പഠിപ്പിച്ചു. അങ്ങനെ ആ രാക്ഷസൻ പശ്ചാത്താപവിവശനായി കുട്ടികളെ
തിരിച്ചു വിളിച്ചു. അവരുടെ വരവോടെ ആരാമം വസന്തദേവതയുടെ

നൃത്തഭൂമിയായി മാറി. പക്ഷിവൃന്ദത്തിന്റെ സംഗീതനിർദ്ധരിയിൽ ആ ഉദ്യാനം ഹർഷപുളകിതമായി. കൊച്ചുമുല്ലമൊട്ടുകൾപോലുള്ള പല്ലു കൾകാട്ടി കുട്ടികൾ അവിടെ ആർത്തുല്ലസിച്ചു.

ഈ ദൃഷ്ടാന്തകഥയിലെ സ്വാർഥരാക്ഷസൻ മുതലാളിത്ത ത്തിന്റെയും മുതലാളിത്തവ്യവസ്ഥയിലെ മനുഷ്യന്റെ സ്വാർഥതയുടെയും പ്രതീകമാണ്. പ്രകൃതിയുടെ ഉടമസ്ഥത ആർക്കുമുള്ളതല്ലെന്നും പ്രകൃതി എല്ലാവരുടേതുമാണെന്ന കമ്യൂണിസ്റ്റ് സങ്കൽപ്പമാണ് ഓസ്കാർ വൈൽഡിന്റെ കഥയിൽ നിറഞ്ഞുനിൽക്കുന്നത്. പ്രകൃതിയിലെ സമ്പത്ത് മനുഷ്യർ കൂട്ടായി ഉപയോഗിക്കണമെന്നും പ്രകൃതി ഫലങ്ങൾ തിക യാതെ വരുമ്പോൾ കൂട്ടായി അധ്വാനിച്ചു വിളവുണ്ടാക്കണമെന്നും അത് പ്രകൃതിയുടെ ജൈവശേഷിയെ നശിപ്പിക്കരുതെന്നും അധ്വാനഫലങ്ങൾ തുല്യമായി വിതരണം ചെയ്യണമെന്നും പറയുന്ന ദർശനമാണ് കമ്യൂ ണിസം. 'മനുഷ്യരെല്ലാരുമൊന്നുപോലെ വസിക്കുന്ന' അത്തരമൊരു ലോകത്തെക്കുറിച്ചുള്ള സങ്കൽപ്പം പുരാതനകാലം മുതൽ തന്നെ മനു ഷ്യസമൂഹം നെഞ്ചിലേറ്റിയിട്ടുണ്ട്.

പ്രകൃതിയുമായുള്ള മനുഷ്യന്റെ ബന്ധത്തിൽനിന്നുമാണ് സർവ ദർശനങ്ങളുടെയും ഉത്ഭവം. പ്രകൃതിയെ മനുഷ്യൻ വിശകലനം ചെയ്യാൻ തുടങ്ങുമ്പോഴാണ് ദർശനങ്ങൾ ഉദയം ചെയ്യുന്നത്. പ്രകൃതി മനുഷ്യനു കീഴടക്കാനുള്ളതാണെന്നും തന്റെ അനന്തമായ ഭോഗാഭിലാഷങ്ങൾ തീരുംവരെ പ്രകൃതിയെ കൊള്ളയടിക്കാമെന്നുമുള്ള വീക്ഷണമാണ് മുത ലാളിത്തത്തിന്റെ ഭാഗമായി ഉയർന്നുവന്നത്.

പാശ്ചാത്യനവോത്ഥാനത്തിന്റെ കാലഘട്ടത്തിൽ ഉയർന്നുവന്ന പല ദർശനങ്ങളിലും ഇതിന്റെ മിന്നലാട്ടങ്ങൾ കാണാം. പൂവ് എന്നാൽ ഫല ത്തിന്റെ അസംസ്കൃതവസ്തുവാണെന്നും കൃഷി ലാഭമുണ്ടാക്കാനുള്ള എളുപ്പവഴിയാണെന്നുമുള്ള ചിന്തകൾ ഉയർന്നുവരുന്നതിങ്ങനെയാണ്.

നാടോടിക്കഥയിലെ ഹന്താമാമ

ഫിലിപ്പെൻസിൽ പ്രചാരമുള്ള ഒരു മിത്തിക്കൽ കഥയുണ്ട്. അതിലെ പ്രധാനകഥാപാത്രമാണ് ഹന്താമാമ. പ്രഭാതത്തിൽ ഹന്താമാമ ഉറക്കമുണർന്നാൽ പഴത്തോട്ടത്തിൽ പോയിക്കിടക്കും എന്നാണു പറ യാൻ പോവുന്നതെന്ന് വായനക്കാർ ധരിച്ചാൽ തെറ്റിപ്പോയി. ഹന്താമാമ എന്ന കുഴിമടിയൻ കിടന്നുറങ്ങുന്നതുതന്നെ തന്റെ പഴത്തോട്ടത്തിലാണ്. പഴത്തോട്ടത്തിൽ കിടന്നുറങ്ങുന്നുവെന്നതല്ല ഹന്താമാമയുടെ സവിശേ ഷത. വാ തുറന്നുവെച്ചാണ് ഹന്താമാമ കിടന്നുറങ്ങുന്നത്. എന്തിനാ ണെന്നോ? പഴം വീണിടത്തുനിന്ന് എടുത്ത് തൊലികളഞ്ഞ് കഴിക്കാൻ മടിയാണ് ഹന്താമാമയ്ക്ക്. ഫുക്കുവോക്കയ്ക്ക് ഏറ്റവും ഇഷ്ടപ്പെട്ട മിത്തി ക്കൽ കഥാപാത്രമാണ് ഹന്താമാമ. ഹന്താമാമയുടെ ജീവിതരീതി, അക്ഷ രാർഥത്തിൽ അനുകരിക്കാമോ എന്നൊരാൾ ചിന്തിച്ചേക്കാം. നമ്മിലെ യാന്ത്രികവാദചിന്താഗതിയാണതിനുകാരണം. പ്രകൃതിയിൽ ഇടപെ

ടാതെ, പ്രകൃതിയുടെ സ്വച്ഛന്ദതാളക്രമം തകർക്കാതെ നമ്മൾ ജീവിക്കു കയാണെങ്കിൽ ഭക്ഷണം നമ്മുടെ വായിൽ, ഹന്താമാമയ്ക്കു പഴംപോലെ ലഭ്യമാവും എന്നാണ് ഈ പഴങ്കഥ പറയുന്നത്. തിരക്കുപിടിച്ച ജീവിതം യഥാർഥത്തിൽ ജീവിതമല്ലെന്ന് ഈ ആചാര്യൻ പറയുന്നു. ഫുക്കുവോ ക്കയ്ക്ക് തിരക്കില്ല. എന്നാൽ ഫുക്കുവോക്കയോളം തിരക്ക് ആർക്കുമി ല്ല. ഫുക്കുവോക്ക അധ്വാനിക്കുന്നില്ല. എന്നാൽ ഫുക്കുവോക്കയോളം അർഥവത്തായി അധ്വാനിക്കുന്നവർ വിരളം. ഫുക്കുവോക്ക ലളിതമായ ജീവിതം നയിക്കുന്നു. എന്നാൽ ഫുക്കുവോക്കയോളം ധന്യനായും ധനി കനായും ആർഭാടപൂർണമായും ജീവിക്കുക വളരെ പ്രയാസം.

2008 ലാണ് മഹാനായ ഈ 'ജാപ്പനീസ് ഗാന്ധി' മറ്റൊരുലോകത്തി ലേക്കു യാത്രയായത്. മരിക്കുന്നതിന് ഏതാനും വർഷങ്ങൾക്കുമുമ്പാണ് ഫുക്കുവോക്ക ഇന്ത്യയിലെത്തിയത്. ലോകപ്രസിദ്ധനായ ദാർശനികനും പ്രകൃതിസ്നേഹിയുമായ ഈ ആചാര്യൻ ഇന്ത്യയിലെത്തുമ്പോൾ സാധാരണ കാണാറുള്ളപോലെ ഔദ്യോഗിക അറിയിപ്പുകളോ മാധ്യമ വാചാലതയോ ഉണ്ടായില്ല. ചിത്രകാരനും കവിയുമായ ഫുക്കുവോക്ക ഇന്ത്യയിലെത്തി. പത്രക്കാർക്കുമുന്നിൽ രണ്ടു നെൽക്കതിർ കൈയിലെ ടുത്തു പോസ് ചെയ്തു, ഫുക്കുവോക്ക. ഇരുനൂറോളം നെന്മണികളുള്ള ഒരു നെൽക്കതിരുമായി നിന്ന് ലോകപ്രസിദ്ധ കൃഷിക്കാരനായ ഫുക്കു വോക്ക ചോദിച്ചു; "ഇതുപോലൊന്ന് നിങ്ങളുടെ ആധുനിക ശാസ്ത്ര ത്തിനോ കാർഷിക സർവകലാശാലകൾക്കോ വിളയിച്ചെടുക്കാനോ സൃഷ്ടിക്കാനോ കഴിയുമോ? പ്രകൃതിക്കൃഷിയുടെ അഥവാ ജൈവ കൃഷിയുടെ ആചാര്യനായ ഫുക്കുവോക്ക വെല്ലുവിളിക്കുകയായിരുന്നു, ശാസ്ത്രലോകത്തെയും സ്വാർഥവും ലാഭകേന്ദ്രീകൃതമായ ആധുനിക നാഗരികതയെയും.

ഫുക്കുവോക്കയുടെ കൃഷി ഫാം

'ഹന്താമാമ' എന്ന മിത്തിക്കൽ കഥാപാത്രത്തിൽനിന്നും നമ്മളെ ന്താണ് പഠിക്കേണ്ടതെന്ന് ഫുക്കുവോക്ക നിർദേശിക്കുന്നുണ്ട്. പ്രകൃതി യിൽ ഇടപെടാതിരിക്കുക. പ്രകൃതി നമുക്കു വേണ്ടതെല്ലാം നൽകും. ഗാന്ധിജി പറഞ്ഞപോലെ നമ്മുടെ ആവശ്യത്തിനുള്ളതെല്ലാം പ്രകൃതി നമുക്കു നൽകി അനുഗ്രഹിക്കുന്നുണ്ട്. എന്നാൽ നമ്മുടെ അത്യാർത്തി ക്കുള്ളത് പ്രകൃതിയിൽനിന്നും കൊള്ളയടിക്കാൻ ശ്രമിക്കുമ്പോൾ ജീവന്റെ ആവാസവ്യവസ്ഥതന്നെ തകരാറിലാവുന്നു. ഒരു 'ഏദൻതോട്ട' മാണ് ഫുക്കുവോക്ക പണിതുയർത്തിയത്. സ്വർഗത്തിലേക്കുള്ള പൂമുഖ മാണ് ഈ മഹാനായ ആചാര്യന്റെ പൂന്തോപ്പ്. അവിടെ ധാന്യമുണ്ട്. പഴവും പച്ചക്കറികളും ഫലവൃക്ഷങ്ങളുമുണ്ട്. തേനീച്ചകളും ചിത്രശല ഭങ്ങളും വന്യമൃഗങ്ങളും സഹവർത്തിത്വത്തിൽ വർത്തിക്കുന്ന സംഗീ തസാന്ദ്രമായ പ്രകൃതി.

പ്രകൃതിക്കൃഷിയുടെ ദർശനം

ആധുനിക പാശ്ചാത്യയുക്തിയെ നിരാകരിക്കുന്ന ജീവിതദർശന മാണ് ഫുക്കുവോക്കയുടേത്. രാസവളങ്ങളും പെട്രോളിയവും കീടനാ ശിനികളും മണ്ണ് ഉഴുതുമറിക്കലും കമ്പോസ്റ്റ് വളം നിർമിക്കലും ഇല കളും കാടുകളും കത്തിക്കലുമില്ലാത്ത കൃഷിരീതിയാണദ്ദേഹം പരീ ക്ഷിച്ചു വിജയിപ്പിച്ചത്. സ്വയം സമ്പൂർണമായ ഒരു കാർഷികവ്യവസ്ഥ യാണിത്. ജീവസന്ധാരണത്തിന് ആവശ്യമായ ഭക്ഷ്യോൽപ്പന്നങ്ങളും ജീവവായുവും ശുദ്ധജലവും പ്രകൃതിയുടെ ആരോഗ്യവും, ജീവജാല ത്തിന്റെ ആരോഗ്യവും ഊർജവും വരുംതലമുറയ്ക്കായി നീക്കിവയ്ക്കുന്ന മിച്ചോൽപ്പന്നങ്ങളും എല്ലാമടങ്ങിയ ഈ കാർഷികവ്യവസ്ഥയെയാണ് Permaculture എന്നു വിളിക്കുന്നത്. മനുഷ്യൻ ശ്വസിക്കുന്നത് ഓക്സി ജനാണ്. ചെടികളും വൃക്ഷങ്ങളും കാർബൺഡൈഓാക്സൈഡും. ഘന ശ്യാമമായ തന്റെ പൂങ്കാവനത്തിൽ തെല്ലിട നിന്നാൽതന്നെ ചെടികളുമാ യുള്ള മനുഷ്യന്റെ പരസ്പരാശ്രിതത്വമെന്തെന്ന് നമുക്കറിയാൻ കഴിയു മെന്ന് അദ്ദേഹം പറയുന്നു. ഭക്ഷണത്തിനും ഔഷധത്തിനും വേണ്ടി മാത്രമല്ല മനുഷ്യൻ ചെടികളെ ആശ്രയിക്കുന്നത്. ജീവവായുവിന്റെ നില നിൽപ്പിന് ഈ ആശ്രിതത്വം അനിവാര്യമാണ്. ആധുനികവ്യവസായ ങ്ങളും മുതലാളിത്തജീവിതരീതിയും പ്രകൃതിയുടെ അക്ഷയമായ ഖനി കളെ കൊള്ളയടിക്കുന്നു. ഇതിഹാസകാവ്യങ്ങളിൽ നമ്മെ വിസ്മയിപ്പിച്ച പ്രകൃതിയുടെ ഹരിതാഭ നശിച്ചുകൊണ്ടിരിക്കയാണ്. കാടുകൾ വെട്ടി ത്തെളിയിച്ച് നാം ഗിരിനിരകളെ മൊട്ടക്കുന്നുകളാക്കി മാറ്റി. വിലപിടി പ്പുള്ള വൃക്ഷങ്ങൾ നമ്മുടെ ആവാസവ്യവസ്ഥയിലെ വിലമതിക്കാനാ വാത്ത ജീവസ്രോതസാണെന്ന സത്യം മനുഷ്യർ വിസ്മരിച്ചു. പ്രകൃതി യുടെ ഹൃദയപേശികളായ ശിലാതലങ്ങൾ വെട്ടിക്കീറിയും ജീവസിരക ളായ ഭൂഗർഭ ജലപ്രവാഹങ്ങളെ ഊറ്റിയെടുത്തു വറ്റിച്ചും അന്തർജല ധാരകളെ ഇല്ലാതാക്കിയും നാം നമ്മുടെ തന്നെ വരദാനങ്ങളെ നശിപ്പിച്ചു.

സ്നിഗ്ധസുന്ദരങ്ങളായ കുളിർജലപ്രവാഹങ്ങളും ശൈലമുഖങ്ങളിൽ നിന്ന് അമൃതധാരയായി സമുദ്രത്തിൽ ചേരുന്ന നദികളും അപ്രത്യക്ഷ മായി. ശേഷിക്കുന്നവ വിഷവസ്തുക്കൾ കലർന്ന് നിലനിൽക്കുന്നു. മണ്ണിന്റെ ജൈവപോഷണത്തിന്റെ കേന്ദ്രങ്ങളായ നീർത്തടങ്ങളും വയ ലുകളും കണ്ടൽവനങ്ങളും നശിച്ചു. ജീവവായു പ്രസരിച്ച അന്തരീക്ഷ ത്തിൽ മാരകവിഷവാതകങ്ങൾ നിറഞ്ഞ് ഭൂഭാഗങ്ങൾ ജീവിക്കാൻ കൊള്ളാതാവുന്നു. ഭൂമിയുടെ സംരക്ഷിതകേന്ദ്രമായ ഓസോൺ പാളി കൾ ക്ഷയിക്കുന്നു. മണ്ണിന്റെ ഫലപുഷ്ടിയെ നിലനിർത്തിയ സൂക്ഷ്മ ജീവികൾ വംശഹത്യക്കിരയാവുന്നു. അമൂല്യമായ ഔഷധങ്ങളുടെ കല വറയായ ജൈവവൈവിധ്യം നിറഞ്ഞ കാവുകളും വനഗർഭസ്ഥലികളും അപ്രത്യക്ഷമായി. മാരകമായ വിഷവസ്തുക്കളടങ്ങിയ കീടനാശിനികളും വളങ്ങളും ചേർന്ന് ഭൂമിയുടെ ഹൃദയവാൽവുകൾ തകർത്തു. അപൂർവ ഇനത്തിൽപ്പെട്ട ജന്തുജാലം നാമാവശേഷമായി. കോൺക്രീറ്റ് കെട്ടിട ങ്ങളുടെയും അണക്കെട്ടുകളുടെയും ആധിക്യം ആഗോളതാപനം സൃഷ്ടിച്ചു. വിഷവസ്തുക്കൾ കലർന്ന ഭക്ഷ്യവിഭവങ്ങൾ മനുഷ്യരാശി യുടെയും ജീവരാശിയുടെയും ആരോഗ്യം തകർത്തു. മാരകരോഗങ്ങൾ ഭൂമിയിൽ ഒരു വെല്ലുവിളിയായി മാറി. പ്രകൃതിയുടെ ജൈവതാളമായ ഋതുഭേദങ്ങളുടെ സ്വാഭാവികത തകർന്നു. അത്യുഷ്ണവും അതിശൈ ത്യവും മനുഷ്യജീവിതംതന്നെ അസാധ്യമാക്കി മാറ്റുന്നു. നദികളുടെ നില നിൽപ്പിനെ തന്നെ തകർക്കുമാറ് മണൽത്തിട്ടകൾ നശിപ്പിച്ചു. അങ്ങനെ അനുദിനം ഭൂമിയിലെ ജീവവ്യവസ്ഥ തകരാറിലാവുന്ന സന്ദർഭത്തിലാണ് കൃഷിക്കാരനായ ഫുക്കുവോക്ക മനുഷ്യരാശിക്ക് തന്റേതായ ഒരു മാതൃക കാണിച്ചുകൊടുത്ത്.

ഫുക്കുവോക്കയുടെ കൃഷിക്കളത്തിൽ നിലം ഉഴുതുമറിക്കാറില്ല. നമ്മുടെ പരമ്പരാഗത ധാരണയനുസരിച്ച് മണ്ണ് ഉഴുതുമറിച്ചാലേ മണ്ണിനു വളക്കുറുണ്ടാവൂ. നമ്മുടെ പ്രാചീനനാഗരികതകൾപോലും ഉയർന്നു വന്നത് നിലം ഉഴുതു മറിച്ച് കൃഷിചെയ്തതിന്റെ ഫലമായാണ്. ഈ അടിയുറച്ച ധാരണയെയും കൃഷിരീതിയെയുമാണ് ഫുക്കുവോക്ക അട്ടി മറിച്ചത്. അദ്ദേഹത്തിന്റെ നിരീക്ഷണത്തിൽ മണ്ണ് ഉഴുതുമറിക്കുന്നത് മണ്ണിന്റെ ഫലപുഷ്ടിയെ നശിപ്പിക്കും. നൂറുകണക്കിനു വർഷങ്ങളെടു ത്താണ് ഭൂമി അതിന്റെ ഉപരിഘടനയെ ജീവയോഗ്യമാംവിധം പാകപ്പെ ടുത്തുന്നത്. ഒട്ടേറെ സൂക്ഷ്മജീവികളും മണ്ണിരവിഭാഗങ്ങളും ഈ ഭൗമ ഉപരിതലത്തിലാണ് ജീവിക്കുന്നത്. മണ്ണിൽ ജീവവായു പ്രവേശിക്കാനും മണ്ണിനെ വളക്കുറുള്ളതാക്കാനും, ഈർപ്പം നിലനിർത്താനും വിത്തു കൾക്കു വളരാൻ പാകത്തിൽ മണ്ണിനെ ജൈവസമ്പുഷ്ടമാക്കാനും ഈ ജീവികൾ അനിവാര്യമാണ്. മണ്ണിന്റെ വളക്കൂറിന്റെ അടിസ്ഥാനം ഇതാണ്. സസ്യലതാദികളും വൃക്ഷങ്ങളും വളർന്നുകഴിയുന്നതിനനു സരിച്ച് മണ്ണിന്റെ ജൈവസമ്പുഷ്ടി കുറയുന്നു. ഇങ്ങനെ കുറയുന്ന ജൈവസമ്പുഷ്ടിയെ പുനരുജ്ജീവിപ്പിക്കാൻ ഭൂമിക്ക് അഥവാ പ്രകൃതിക്ക്

ഒരു മാർഗമുണ്ട്. സസ്യലതാദികളുടെയും വൃക്ഷങ്ങളുടെയും ഇലകളും കായ്കളും പൂക്കളും ഫലങ്ങളും ഇവയെ ആഹാരമാക്കി ജീവിച്ച ജന്തു ജാലത്തിന്റെ അവശിഷ്ടം മണ്ണിൽത്തന്നെയാണല്ലോ നിക്ഷേപിക്കപ്പെ ടുന്നത്. മണ്ണിൽനിന്നും വലിച്ചെടുക്കപ്പെട്ട ജൈവസമ്പത്തുതന്നെയാണ് മണ്ണിൽ കൊഴിഞ്ഞുവീഴുന്ന പൂക്കളും ഇലകളും കായ്കളും ഫലങ്ങളും തായ്ത്തടികളും വേരുകളും ജന്തുജാലവും മറ്റും. ഇവയെ സൂര്യപ്രകാ ശത്തിന്റെയും വാതകങ്ങളുടെയും ജലത്തിന്റെയും സഹായത്തോടെ വീണ്ടും വളമാക്കി മാറ്റുന്ന പ്രക്രിയയിൽ പ്രകൃതിക്ക് മുതൽക്കൂട്ടാവു ന്നത് മണ്ണിലെ സൂക്ഷ്മജീവികളും മണ്ണിരകളും മറ്റുമാണ്. എന്നാൽ പ്രകൃതിവിരുദ്ധമായ മനുഷ്യന്റെ ഇടപെടലുകൾ ഈ ജൈവ പ്രക്രി യയെ തടസപ്പെടുത്തുന്നു. അതിലൊന്ന്, മണ്ണിൽ വിളയുന്ന കാടുക ളെയും മറ്റും നീക്കംചെയ്യുകയെന്നതാണ്. ഫുക്കുവോക്ക കളകളെ നശി പ്പിക്കുന്നില്ല. ഫുക്കുവോക്കയുടെ ജൈവകൃഷിയിൽ കളകളെന്ന് നാമ കരണം ചെയ്യപ്പെട്ട സസ്യങ്ങളില്ല. മണ്ണിന്റെ വളക്കൂറ് നിലനിർത്താനും പുന:സൃഷ്ടിക്കാനും വേണ്ടി പ്രകൃതിതന്നെ വിളയിക്കുന്ന വിളകളാ ണവ. അവയെ വെട്ടിമാറ്റുമ്പോൾ മണ്ണിന്റെ ജൈവശേഷിയെയാണ് നശി പ്പിക്കുന്നത്.

മണ്ണിൽ വിളയുന്നതെല്ലാം അവിടെ തന്നെ കൊഴിഞ്ഞ്, മണ്ണിൽ ലയി ക്കുമ്പോഴാണ് മണ്ണ് വളക്കൂറുള്ളതാവുന്നത്. മണ്ണിൽ ലയിക്കുകയോ ലയി ച്ചാൽ തന്നെ മണ്ണിന്റെ ജൈവശേഷിയുടെ ഭാഗമായി മാറുകയോ ചെയ്യു ന്നില്ല. എന്നാൽ നമ്മുടെ പരമ്പരാഗതമായ ചിലരീതിയനുസരിച്ച് മണ്ണിൽ നിന്നും വളരുന്ന ചെടികൾ വേരോടെ കൊയ്തെടുക്കുകയോ വെട്ടിമാ

റ്റുകയോ ചെയ്യുന്നു. ചിലപ്പോൾ കത്തിക്കുന്നു. മണ്ണിന്റെ അമ്ല-ക്ഷാര ഗുണത്തെ നിലനിർത്താനുള്ള മാർഗം പ്രകൃതിതന്നെ പിൻതുടരുന്നുണ്ട്. അപ്രതിരോധ്യമാണവ. വിളകളെ നശിപ്പിക്കുന്ന രോഗാണുക്കളെ പ്രകൃതി സൃഷ്ടിക്കുന്നത് ഒരു ജൈവയുക്തിയനുസരിച്ചാണ്. വിളകൾ നശിപ്പിക്കപ്പെടുന്നില്ലെങ്കിൽ മണ്ണിൽ ലയിക്കാതെ കിടക്കും. ഇങ്ങനെയു ള്ള ജൈവപ്രതിരോധ പ്രക്രിയയുടെ ഭാഗം തന്നെയാണ് ഈ ജൈവാ ണുക്കളെ നശിപ്പിക്കുന്ന ജീവികളെയും പ്രകൃതി സൃഷ്ടിക്കുന്നത്. അതു കൊണ്ടാണ്, ബാഹ്യമായ ഇടപെടലിലൂടെ ഈ ജൈവപ്രക്രിയയെ തകർക്കരുതെന്ന് ഫുക്കുവോക്ക പറയുന്നത്. ഫുക്കുവോക്കയുടെ കൃഷി ക്കളത്തിൽ ധാന്യങ്ങളുടെ വൈക്കോൽ കൃഷിയിടത്തിൽതന്നെ നിക്ഷേ പിക്കുകയാണ് ചെയ്യുന്നത്. അവ മണ്ണിന്റെ പുതപ്പാണ്. അവ അവിടെ കിടന്ന് വളമാവേണ്ടതാണ്. അത് മണ്ണിന്റെ ജലസംഭരണിയായും ജീവ വായു സഞ്ചരിക്കാൻ വേണ്ട സൂക്ഷ്മജീവികളുടെ ആവാസസ്ഥലമായും മാറുന്നു. ഈ വൈക്കോൽ പശുക്കളുടെ ആഹാരമല്ല. പശുക്കളുടെ ആഹാരം പച്ചപ്പുല്ലുകളാണ്.

ഫുക്കുവോക്കയുടെ മറ്റൊരു രീതി മണ്ണ് ഉഴുതുമറിക്കാതിരിക്കലാണ്. മണ്ണ് ഉഴുതുമറിക്കുമ്പോൾ മണ്ണിരകളും മറ്റു സൂക്ഷ്മജീവികളും നശി ക്കുന്നു. ഉഴുതുമറിക്കാത്ത മണ്ണാണ്, ഉഴുതുമറിച്ച മണ്ണിനേക്കാൾ ഫല പുഷ്ടിയുള്ളത്. വനാന്തരങ്ങളിലും മനുഷ്യൻ ഉഴുതുമറിക്കാത്ത സ്കൂൾ– ക്യാമ്പസ് മൈതാനങ്ങളിലും ഇടതൂർന്ന് വളർന്ന മരങ്ങളും ചെടികളും തെങ്ങിൻതൈകളും നാം കാണുന്നു. മണ്ണ് ഉഴുതുമറിക്കുന്ന ഒരു കൃഷി ക്കാരന് എല്ലാ വർഷവും ഈ പ്രവൃത്തി ചെയ്തുകൊണ്ടേയിരിക്കണം. കുറേക്കാലം കഴിയുന്നതോടെ മണ്ണിന്റെ ജീവസന്ധാരണശേഷി നശി ക്കുകയാണ് ചെയ്യുന്നത്. ജീർണിച്ച സസ്യഭാഗങ്ങളും ഇലകളും കായ്കളും മറ്റും മണ്ണിൽതന്നെ നിക്ഷേപിക്കപ്പെടുമ്പോൾ മണ്ണ് സ്വയം പ്രത്യുൽപ്പാദനകേന്ദ്രമായി മാറുന്നു.

ഫുക്കുവോക്കയുടെ മറ്റൊരു പ്രധാന രീതി കീടനാശിനികളെയും രാസവളങ്ങളെയും മണ്ണിൽനിന്നും അകറ്റി നിർത്തുകയെന്നതാണ്. രാസ കീടനാശിനികൾ മണ്ണിന്റെ ചർമകവചത്തെ പൊള്ളിച്ച് നശിപ്പിക്കുന്നു. സൂക്ഷ്മജീവികളെയും ജൈവവൈവിധ്യത്തെയും നിർമാർജനം ചെയ്ത് മണ്ണിനെ മൃതപ്രായമാക്കുന്നു. തുടർച്ചയായി രാസകീടനാശിനികൾ ഉപ യോഗിക്കപ്പെടുന്ന മണ്ണിന്റെ സ്ഥിതി പരിശോധിച്ചാൽ ഇത് സ്പഷ്ട മാവും. മാത്രമല്ല കീടനാശിനികളും രാസവളങ്ങളും സസ്യശരീരത്തിൽ പ്രവേശിച്ച് മനുഷ്യനുൾപ്പെടെയുള്ള ജീവജാതികൾക്ക് മാരകമായ രോഗം സമ്മാനിക്കുന്നു. ഹരിതവിപ്ലവത്തിന്റെ ഫലമായി രൂപംകൊണ്ട ഒരു പ്രവണതയാണ് കൃഷിയെ വ്യവസായമായി കാണുക എന്നത്. ഇതിന്റെ ഫലമായി പൊൻമുട്ടയിടുന്ന താറാവിനെ കൊല്ലുന്നപോലെ ഭൂമിയുടെ ഉർവരത കാർന്നെടുത്ത് നമ്മുടെ ജൈവലോകത്തെ ജഡമാ ക്കുന്നു. രാസവളങ്ങളും രാസകീടനാശിനികളും ഉപയോഗിക്കാതെതന്നെ

ഫുക്കുവോക്ക തന്റെ ധാന്യ-ഫല-പൂങ്കാവനത്തിൽനിന്നും സൃഷ്ടിച്ച വിള
വുകൾ അദ്ദേഹത്തിന്റെ ആശയത്തിന്റെ സത്യാത്മകത ബോധ്യപ്പെടു
ത്തുന്നു. ഫുക്കുവോക്കയുടെ ദർശനം ഗ്രന്ഥത്തിന്റെ താളുകളിലൂടെയല്ല
ലോകത്തോട് സംസാരിക്കുന്നത്. അദ്ദേഹം പ്രായോഗികമതിയായ ഒരു
ദാർശനികനാണ്. സമഗ്രമായ ഒരു ജീവിതദർശനമാണ് ആ പ്രകൃതി
സ്നേഹി ലോകത്തിനു പകർന്നുതരുന്നത്. അദ്ദേഹം കാൽപ്പനിക സ്വർഗ
ത്തിൽ വിഹരിക്കുന്ന ഒരു സ്വപ്നാടകനല്ല. വരട്ടുതത്ത്വവാദങ്ങളിലൂടെ
സ്വന്തം ആശയം സ്ഥാപിച്ചെടുക്കുന്ന സൈദ്ധാന്തികനുമല്ല. ഫുക്കുവോ
ക്കയ്ക്കുവേണ്ടി സംസാരിക്കുന്നത് സ്വർണമന്ദാരങ്ങൾ നിറഞ്ഞുനിൽ
ക്കുന്ന ധാന്യച്ചെടികളുടെ കനകക്കതിരുകളാണ്. ശിശിരകാലശൈത്യ
ത്തിൽപോലും നനുത്ത് കൂമ്പിപ്പോവാതെ, തുടുത്ത് മദിച്ചുനിൽക്കുന്ന
മധുരഫലച്ചെടികളുടെ പൂങ്കുലകളാണ് ഫുക്കുവോക്കയ്ക്കുവേണ്ടി
സംസാരിക്കുന്നത്. ധാന്യവയലുകളിൽ പ്രവേശനം നിഷേധിക്കപ്പെടാത്ത
അദ്ദേഹം മനസ്സമ്മതം നൽകി വിഹരിക്കുന്ന പക്ഷികളാണ് സ്വാർഥതയും
മത്സരബുദ്ധിയും വിദ്വേഷവും കലരാത്ത ഒരു മാനവസംസ്കൃതിക്കു
വേണ്ടി സംസാരിക്കുന്നത്. രണ്ടാംലോകമഹായുദ്ധകാലത്ത് അണു
ബോംബു വർഷിക്കപ്പെട്ട് സർവതും നശിപ്പിക്കപ്പെട്ട, ജപ്പാനിലെ ചുടല
ച്ചാരത്തിൽനിന്ന് ഫിനിക്സ് പക്ഷി ചിറകടിച്ചുയരുംപോലെ പൂത്തു
ലഞ്ഞുവന്ന മണ്ണിന്റെ മദഗന്ധം പ്രസരിപ്പിക്കുന്ന ധാന്യവയലുകളാണ്.
ഫുക്കുവോക്കയ്ക്കുവേണ്ടി സംസാരിക്കുകയല്ല, സ്നേഹത്തിന്റെയും
സമഭാവനയുടെയും സംഗീതം പൊഴിക്കുകയാണ് അദ്ദേഹത്തിന്റെ ഹരി
തവനങ്ങൾ.

ഫുക്കുവോക്ക മാനവസംസ്കാരത്തിനു ദൃഷ്ടാന്തമായി നൽകിയ
കൃഷിരീതികൾ കേവലം കൃഷിരീതികളായിരുന്നു. സമഗ്രമായ ഒരു ജീവി
തദർശനമാണ് അദ്ദേഹം വിളയിച്ചെടുത്ത്. അതിൽ പലതും ശാസ്ത്രീ
യരീതികൾക്കു വിരുദ്ധമാണെന്നു തോന്നിപ്പിക്കുമെങ്കിലും ഫുക്കുവോക്ക
ശാസ്ത്രത്തിനെതിരല്ല. പാശ്ചാത്യാധുനികതയും മുതലാളത്തത്തിന്റെ
മൂലധനാധിഷ്ഠിത-സാങ്കേതികയുക്തിയും മുന്നോട്ടുവെച്ച അയുക്തിക
തയെയാണദ്ദേഹം ചോദ്യം ചെയ്തത്. ശാസ്ത്രീയതയിലെ അശാസ്ത്രീ
യതയെയാണ് അദ്ദേഹം എതിർത്തത്. പരമ്പരാഗതമായ നാട്ടറിവുക
ളിലെ രചനാത്മകരീതികൾ വികസിപ്പിക്കുകയായിരുന്നു ഫുക്കുവോക്ക.
വ്യത്യസ്തമായ ഒരു ശാസ്ത്രീയത ആ നാട്ടറിവുകളിൽനിന്നും അദ്ദേഹം
വികസിപ്പിച്ചു. അങ്ങനെ വികസിപ്പിക്കപ്പെട്ട ഒന്നായിരുന്നു അദ്ദേഹത്തിന്റെ
ധാന്യപ്പന്തുകൾ (Seed-balls). ധാന്യമണികൾ കളിമണ്ണിൽ കുഴച്ച് ധാന്യ
ഗുളികകൾ അഥവാ ധാന്യപ്പന്തുകൾ നിർമിക്കുന്നു. ഇങ്ങനെ നിർമിക്ക
പ്പെട്ട ധാന്യഗുളികകൾ മണലാരണ്യത്തിൽപോലും നാമ്പെടുക്കുന്നതാ
ണ്. വിത്തിന് ആവശ്യമായ പോഷകങ്ങൾ കൂട്ടിക്കുഴച്ച കളിമണ്ണിലാണ്
ഫുക്കുവോക്ക ധാന്യമണികൾ സൂക്ഷിക്കുന്നത്. ഈ ധാന്യമണികൾ
പക്ഷികളും മറ്റും കൊത്തിവിഴുങ്ങാതെ പരിരക്ഷിക്കപ്പെടുന്നു. ജപ്പാ

നിൽമാത്രമല്ല, ലോകത്തിന്റെ പല ഭാഗങ്ങളിലും ഫുക്കുവോക്കയുടെ കൃഷിരീതി ഇന്ന് പരീക്ഷിക്കപ്പെടുന്നുണ്ട്. ഭാവിലോകത്തിൽ മനുഷ്യ ജീവിതം സുന്ദരമാക്കാൻ വേണ്ടിയാണ് ഫുക്കുവോക്ക തന്റെ ദർശന ങ്ങൾ വികസിപ്പിച്ചത്. ഭക്ഷ്യപ്രതിസന്ധിയും മഹാരോഗവും ദാരിദ്ര്യവും അസമത്വവും കൊടുംവരൾച്ചയും അതിശൈത്യവും മനുഷ്യജീവിതത്തെ ദുരിതപൂർണമാക്കാതിരിക്കാനാണ് ഫുക്കുവോക്ക അഭിലഷിച്ചത്. എത്യോ പ്യയിലും മറ്റും ഭക്ഷ്യക്ഷാമം ഭീകരമായപ്പോൾ ഫുക്കുവോക്ക പറഞ്ഞത് തെറ്റിദ്ധാരണയ്ക്ക് ഇടയാക്കി. എത്യോപ്യക്കു വേണ്ടത് കൃഷിക്കുവേണ്ട വിത്തുകളാണെന്നാണ് അദ്ദേഹം അഭിപ്രായപ്പെട്ടത്. വൻകിടരാഷ്ട്രങ്ങ ളെയും ലോകമുതലാളിത്ത സ്ഥാപനങ്ങളെയും ആശ്രയിക്കാതെ ഓരോ രാജ്യത്തിനും സ്വാശ്രയാവസ്ഥ നിലനിർത്താൻ വേണ്ട കൃഷിരീതിയെ ക്കുറിച്ച് ഫുക്കുവോക്ക വാചാലനായിരുന്നു. ഒരു കൊട്ട ചാണകവും സ്വൽപ്പം വെണ്ണീരും കുറെ പച്ചിലകളും വെള്ളവും വായുവും സൂര്യപ്ര കാശവും ഉപയോഗിച്ച് ഇളനീർ ഉണ്ടാക്കുന്ന തെങ്ങിന്റെ സാങ്കേ തികവിദ്യയെ വെല്ലാൻ അദ്ദേഹം കാർഷിക സർവകലാശാലകളിലെ ഗവേഷകരെ വെല്ലുവിളിച്ചു. പ്രത്യുൽപ്പാദനത്തിനായി പ്രകൃതിയെ 'സഹായിക്കുന്ന' ഉൽപ്പാദന വിദഗ്ധരെ അദ്ദേഹം പരിഹസിച്ചു. ഫുക്കു വോക്ക ആശ്രയിച്ചത് പ്രകൃതിയുടെ ചലനനിയമങ്ങളെയാണ്. പല ഗോ ത്രജനവിഭാഗങ്ങളും പരമ്പരാഗതമായി പിൻതുടർന്ന കാർഷികരീതിക ളാണ് ഫുക്കുവോക്ക നിരീക്ഷണവിധേയമാക്കിയത്. പ്രകൃതിയെയും വന്യജീവികളെയും ഭയപ്പെടാതെ പ്രകൃതിയുമായി ഇണങ്ങി ജീവിക്കുന്ന ആദിവാസിഗോത്രജനവിഭാഗങ്ങൾ ഇന്നുമുണ്ട്. ചില ഗോത്രജനവിഭാഗ ങ്ങൾ മഴക്കാലത്ത് മുളങ്കാടുകളും പുല്ലുകളും ഉപയോഗിച്ച് വീടുണ്ടാ ക്കുകയും മഴക്കാലം കഴിഞ്ഞാൽ അത് കത്തിച്ചുകളയും ചെയ്തു വരുന്നുണ്ട്. മഴയെയും വേനലിനെയും അവർ ഭയപ്പെടുന്നില്ല. മണ്ണിനെ ഉഴുതുമറിക്കാതെ രാസകീടനാശിനികൾ ഉപയോഗിക്കാതെ അവർ കൃഷി ചെയ്യുന്നു. ഭക്ഷ്യവിളകളും വാഴത്തോപ്പുകളും ഫലവൃക്ഷങ്ങളും നിറഞ്ഞ പച്ചപ്പട്ടുപുതച്ച പൂങ്കാവനത്തെ മൊത്തത്തിലവർ തങ്ങളുടെ വീടായി കാണുന്നു. കാറ്റും വെളിച്ചവും സൂര്യപ്രകാശവും ജലസ്പർശവുമില്ലാത്ത കൊട്ടിയടച്ച വീടുകളിൽ ജീവിച്ചു പരിചിതരായ ആധുനിക മനുഷ്യരുടെ ജീവിതവ്യവസ്ഥയല്ല അവരുടേത്. പൂർണേന്ദുരാവിൽ ഇലച്ചാർത്തു കൾക്കിടയിലൂടെ അരിച്ചിറങ്ങി വരുന്ന വെളിച്ചത്തിൽ മനുഷ്യശരീരം കീറിമുറിച്ച സുശ്രുതന്റെയും ചരകന്റെയും പാരമ്പര്യങ്ങളെക്കുറിച്ച് ഫുക്കുവോക്ക ബോധവാനായിരുന്നു. പ്രകൃതിനിയമങ്ങൾ പിന്തുടർന്നു കൊണ്ട് ആയുരാരോഗ്യം സംരക്ഷിച്ച പ്രകൃതി'ചികിത്സക'രുടെ ദർശന ങ്ങൾ ഫുക്കുവോക്ക ഹൃദിസ്ഥമാക്കിയിരുന്നു. ബോധിവൃക്ഷത്തണലിലും കാട്ടാറുകളുടെയും നദികളുടെയും തീരഭൂമികളിലും ഗുഹാമുഖങ്ങളിലും ധ്യാനനിരതരായി ജീവിതം നയിച്ച ദാർശനികരുടെയും ആരണ്യകങ്ങ ളിലെ സ്വർഗീയസൗന്ദര്യത്താൽ പ്രചോദിതരായി നിത്യലാവണ്യമാർന്ന

ഇതിഹാസങ്ങൾ രചിച്ച മഹാപ്രതിഭകളുടെയും സംസ്കൃതിയെക്കുറിച്ച് ഫുക്കുവോക്കയ്ക്ക് തിരിച്ചറിവുണ്ടായിരുന്നു. ഫുക്കുവോക്ക യാത്രയായെങ്കിലും അദ്ദേഹത്തിന്റെ സാന്നിധ്യം ഈ ഭൂമിയിലുണ്ടാവും. കിളികളോടും ഓന്തുകളോടും കിന്നാരം ചൊല്ലാറുണ്ടായിരുന്ന ടോൾസ്റ്റോയിയെപ്പോലെ, പഴത്തോട്ടങ്ങളിൽ വാ തുറന്നു കിടന്നുറങ്ങുന്ന ഹന്താമാമയെപ്പോലെ, നെന്മണികളുടെ രാജാവായ ഈ മനുഷ്യസ്നേഹി കുട്ടികളുടെ സ്വപ്നങ്ങളിൽ കടന്നുവരും. കൊടുംചൂടിൽ തളരുമ്പോൾ നമുക്ക് കുളിരുപകരുന്ന വൃക്ഷഛായകളിൽ, മലമടക്കുകളുടെ മസ്തകം പിളർന്നൊഴുകുന്ന കാട്ടുചോലകളിലെ അമൃതം നുകർന്ന് നെഞ്ച് തണുക്കുമ്പോൾ, ഏവരുടെയും മനസിൽ ഹ്രസ്വകായനായ ഫുക്കുവമ്മാവൻ മന്ദഹാസത്തോടെ കടന്നുവരും. സ്വന്തം വീട്ടുമുറ്റത്തും അന്യന്റെ വീട്ടുമുറ്റത്തും സ്കൂളിലും പാതവക്കിലും കാട്ടിലും മേട്ടിലും വളരുന്ന ചെടികളെ നുള്ളിനോവിക്കാതെ നാം ജീവിക്കുമ്പോൾ, നാളേക്കായി ഒരു വൃക്ഷത്തെ നടുമ്പോൾ, കുട്ടികൾക്കായി ഒരു കുടന്ന ചെമ്പനീർ പൂക്കളുമായി അവരുടെ മനസിൽ നമ്മുടെ ഏവരുടെയും മനസിൽ കടന്നുവരും ഫുക്കുവമ്മാവൻ. കാരണം, അത്രമേൽ ആ കൊച്ചുമനുഷ്യൻ ഈ വലിയലോകത്തെ സ്നേഹിച്ചിരുന്നു. ഉൽക്കടമായി പ്രണയിച്ചിരുന്നു ഈ ഭൂമിയെ.

3
വസന്തത്തിന്റെ മറ്റൊരു പേര്
പാബ്ലോ നെരൂദ

'**വ**സന്തം ചെറിമരങ്ങളെ പുഷ്പിണികളാക്കുംപോലെ ഞാൻ നിന്നെയും'....... കാവ്യസാമ്രാജ്യത്തിലെ രാജകുമാരനായ വിശ്വപ്രസിദ്ധ ചിലിയൻ കവിയുടെ ഈയൊരു വരി മുഴുമിപ്പിക്കുന്നതിനു മുമ്പുതന്നെ

വായനക്കാരുടെ നെഞ്ചിൽ ചെറിപുഷ്പദലങ്ങൾ അടർന്നുവീഴുന്ന അനു
ഭവമുണ്ടാവും.

"ഈ രാത്രിയാവുമെനിക്ക്
ഏറ്റവും ദുഃഖഭരിതമാം
വരികൾ എഴുതുവാൻ,
രാത്രി ചിതറിഞ്ഞെറിച്ചുപോയ്....
ഇപ്പോഴെൻകൂടെയില്ലോമലാൾ...."

എന്നൊക്കെ നെരൂദയെഴുതുമ്പോൾ കേവലം കൽപ്പനാസൗന്ദര്യ
മാവിഷ്കരിക്കുകയല്ല ഈ വിശ്വമഹാകവി. സൗന്ദര്യത്തിന്റെ സ്ഫോട
നമാണ് നെരൂദയുടെ കവിതകൾ. അവ പാടിപ്പതിഞ്ഞ കാൽപ്പനികത
യുടെ ലാസ്യനൃത്തമല്ല, പ്രത്യുത, പ്രകൃതിയുടെ അനന്തവൈവിധ്യ
ത്തിന്റെ പൊട്ടിച്ചിതറലാണ്. ഇരുപതാം ശതാബ്ദത്തെ തന്റെ മാന്ത്രിക
വിരലുകളാൽ നെരൂദ കവിതയുടെ മഞ്ഞപ്പട്ടുടുപ്പിച്ചു. നിറയെ അനന്ത
വർണമാർന്ന നക്ഷത്രജാലം പതിച്ച കവിതയുടെ പട്ടുടുപ്പ്. ആ കാവ്യ
വർണങ്ങളുടെ മായികതയിൽ സഹൃദയലോകം ഹർഷപുളകിതരായി
നിന്നു. യാതൊരു സൂചനകളുമില്ലാതെ കടന്നുവരുന്ന പെരുമഴപോലെ
നെരൂദയുടെ കിരീടം ചൂടിയ വാക്കുകൾ വസന്തമായി പെയ്യുന്നു. ഓരോ
വരികൾക്കുള്ളിലും മറ്റൊരു വരി. ഓരോ വാക്കിനുള്ളിലും മറ്റൊരു വാക്ക്.
അതിനുള്ളിൽ വീണ്ടും വാക്കുകൾ അതിനപ്പുറത്തുള്ള വാക്കുകളുടെ
നിഗൂഢസൗന്ദര്യത്തിലേക്ക് ജാലകം തുറക്കുന്നു. അർഥത്തിന്റെയും ഭാവ
ദീപ്തിയുടെയും ഇന്ദ്രജാലങ്ങൾ തീർത്ത പാബ്ലോനെരൂദ പ്രകൃതിയെ
ഒരുമ്മാദിനിയെപ്പോലെ സ്നേഹിച്ചു, പ്രണയിച്ചു. സ്നേഹിക്കുകയും
പ്രണയിക്കുകയും മാത്രമല്ല, അതൊരു ഉപാസനയായിരുന്നു. ഭൂമിയുടെ
അഗാധഗർത്തങ്ങളും സമുദ്രത്തിലെ താഴ്വാരങ്ങളും തുടങ്ങി നെരൂദ
യുടെ കവിതകളിൽ ആവിഷ്കരിക്കപ്പെടാത്ത പ്രകൃതിഭാഗമില്ല. പ്രകൃ
തിയുടെ ബഹുസ്വരഭാവങ്ങളിലൂടെ തന്റെ നാടിന്റെ ചുവന്ന സിരകളെ
ത്രസിപ്പിച്ച നെരൂദ ഭൂമിയിലെ സർവചരാചരങ്ങളിലും മഴയായി പെയ്ത
ലിഞ്ഞു. സർവഭുഖണ്ഡങ്ങളെയും നെരൂദയുടെ കവിതകൾ വിളക്കി
ച്ചേർത്തു. ഭാഷയുടെ വൈവിധ്യത്തിനു മുകളിലൂടെ സമഭാവനയുടെ
തൂക്കുപാലം പണിത നെരൂദ ലോകത്തിലെ സർവമനുഷ്യരോടും
സാഹോദര്യം പ്രഖ്യാപിച്ചു. അദ്ദേഹത്തിന്റെ രചനകൾ ഭൂമിയിലെ പീഡി
തന്റെ ശബ്ദമായി മാറി. മർദകന്റെ സിംഹാസനങ്ങളോടു പടവെട്ടി രക്ത
സാക്ഷിത്വം വരിച്ച മഹാനായ ഈ മനുഷ്യസ്നേഹിയോളം വായിക്ക
പ്പെട്ട മറ്റൊരു കവിയെ ആധുനികലോകം കണ്ടിട്ടില്ല. "പ്രണയം എന്റെ
ഇന്ദ്രിയങ്ങളെ പിടിച്ചുലയ്ക്കുന്നു, കാറ്റ് ഓക്കുവൃക്ഷങ്ങളെയെന്നപോലെ"
എന്നു പാടിയ പ്രസിദ്ധ യവനകവി സാഫോ (Sapho)യെക്കുറിച്ച് പ്ലേറ്റോ
പറഞ്ഞത് അവർ കലയുടെ പത്താം അധിദേവത (Muse) ആണെന്നാ
ണ്. പ്ലേറ്റോ നെരൂദയുടെ കവിതകൾ വായിച്ചിരുന്നെങ്കിൽ കലയുടെ

അപ്സരകന്യകയെ കീഴടക്കിയ ഗന്ധർവനെന്നു പ്രകീർത്തിക്കുമായിരുന്നു നെരൂദയെ.

"വന്നുവീഴുന്നിതാത്മാവിൽ കവിതകൾ
മഞ്ഞുതുള്ളികൾ പുൽമെത്തയിലെന്നപോൽ"

എന്നെഴുതിയ നെരൂദ തന്റെ കുട്ടിക്കാലത്തെക്കുറിച്ചു പറയുന്ന ഒരു വരിമാത്രം ശ്രദ്ധിക്കൂ;

"As a child and as an adult I have devoted more attention to rivers and birds than to libraries and writers."

(പുസ്തകശേഖരത്തേക്കാളും എഴുത്തുകാരേക്കാളും എന്റെ മനസ്സ്) തേടിപ്പോയത് നദികളെയും പക്ഷികളെയുമാണ്.

God of small things എന്ന നോവലിലൂടെ വിശ്വപ്രസിദ്ധയായ അരുന്ധതിറോയ് തന്റെ പ്രായത്തിലുള്ള മറ്റു കുട്ടികളെല്ലാം സ്കൂളിൽ പോവുമ്പോൾ അമ്മയുടെ അനുഗ്രഹാശ്ശിസ്സുകളോടെ മീനച്ചിലാറിന്റെ തീരത്തും മറ്റും തുള്ളിച്ചാടി നടക്കുകയായിരുന്നു.

അങ്ങനെ പ്രകൃതിയുടെ അപാരതയിൽ രമിക്കുകയും പ്രകൃതി നൽകിയ ഹർഷാനുഭൂതി മനുഷ്യരാശിയോടുള്ള അഗാധസ്നേഹവും പ്രതിബദ്ധതയുമാക്കിയ പ്രതിഭയായിരുന്നു നെരൂദ. 1904 ജൂലായ് 12ന് ആണ് നെരൂദ ജനിച്ചത്. റിക്കാർഡോ ഇലിസർ നെഫ്താലി റെയെസ് (Ricardo Eliezer Neftali Reyes) എന്നായിരുന്നു യഥാർഥ പേര്. ചിലി യിലെ സാന്റിയാഗോവിനടുത്തുള്ള പാറൽ (Parral) നഗരത്തിലാണ് ദ്ദേഹം ജനിച്ചത്. ജോസ് ഡെൽ കാർമൻ റെയെസ് മൊറാലസ് (Jose Del Carmen Reyes Morals) എന്നായിരുന്നു പിതാവിന്റെ പേര്. റോസ ബസോൾട്ടോ (Rosa Basoalto) എന്നായിരുന്നു നെരൂദയുടെ അമ്മയുടെ പേര്. നെരൂദ കൈക്കുഞ്ഞായിരിക്കുമ്പോൾതന്നെ അമ്മ മരിച്ചു. റോസ യുടെ മരണശേഷം നെരൂദയുടെ പിതാവ് ട്രിനിഡാഡ് കാൻഡിയ എന്ന സ്ത്രീയെ വിവാഹം കഴിച്ചു. ആ സ്ത്രീയിൽ നെരൂദയുടെ പിതാവിന് റൊഡോൾഫോ എന്നു പേരായ ആൺകുട്ടിയുണ്ടായിരുന്നു. കുട്ടിക്കാല ത്തുതന്നെ എഴുത്തിനോട് ഭ്രാന്തമായ അഭിനിവേശമുണ്ടായിരുന്ന നെരു ദയെ അച്ഛൻ പ്രോത്സാഹിപ്പിച്ചില്ലെന്നുമാത്രമല്ല കടുത്ത എതിർപ്പ് പ്രക ടിപ്പിക്കുകയും ചെയ്തു. പതിമൂന്നാമത്തെ വയസിൽ നെരൂദ തന്റെ കന്നി കവിത പ്രസിദ്ധീകരിച്ചു. 1920-ൽ നെരൂദയെന്ന തൂലികാനാമം സ്വീകരി ക്കുമ്പോഴേക്കും ആ കൗമാരമനസ്സ് കവിതയുടെ വർണപ്രപഞ്ചത്തിൽ ലയിച്ചു ചേർന്നിരുന്നു.

സ്പാനിഷ് റിപ്പബ്ലിക്കായ ഒരു തെക്കൻ അമേരിക്കൻ രാഷ്ട്രമാണ് ചിലി. ആൻഡിസ് പർവതനിരകൾക്കും പസഫിക് സമുദ്രത്തിനും മധ്യേ നീണ്ടുകിടക്കുന്ന രാജ്യമാണത്. വടക്ക് പെരു (Peru) എന്ന രാജ്യവും വടക്കുകിഴക്ക് ബൊളീവിയ (Bolivia)യും കിഴക്ക് അർജന്റീനയുമാണ്. എന്തുകൊണ്ടും പ്രകൃതിരമണീയമാണ് ചിലി. തെക്കുഭാഗം മുഴുവൻ മഞ്ഞണിഞ്ഞ ആൽപൈൻ ശൈലങ്ങൾ ചിലിയുടെ മാറ്റുകൂട്ടുന്നു. അതു

കവിയുടെ യൗവനകാലം സഹോദരിയോടൊപ്പം

പോലെ തന്നെ തടാക ങ്ങൾകൊണ്ട് അനുഗൃ ഹീതമായ ഒരു രാജ്യമാണിത്. 16-ാം നൂറ്റാണ്ടിൽ സ്പാനി ഷുകാർ കുടിയേറി പ്പാർക്കുന്നതിനു മുമ്പ് ഇൻക (Inca) കളും ത ദ്ദേശീയരായ അറോക്കാ നിയ (Arauc-anians) ന്മാരുമായിരുന്നു ചിലി യുടെ രാഷ്ട്രീയ സാര ഥ്യം നിലനിർത്തിയിരു ന്നത്. 1818 ലാണ് ചിലിയൻ ജനത സ്പാനിഷ് മേധാവിത്വത്തിൽനിന്നും സ്വതന്ത്രമായത്. ലാറ്റിനമേരിക്കയിലെ സോഷ്യലിസ്റ്റ് പ്രസ്ഥാനത്തിന്റെ നേതാവായിരുന്നു സാൽവദോർ അലൻഡെ (Salvador Allende). 1970-ൽ അദ്ദേഹം ചിലിയുടെ പ്രസിഡണ്ടായി. എന്നാൽ സി ഐ എ യുടെ സഹാ യത്തോടെ 1973 ൽ അമേരിക്ക ചിലിയിലെ സോഷ്യലിസ്റ്റ് ഭരണത്തെ അട്ടിമറിക്കുകയും അലൻഡെയെ വെടിവെച്ചുകൊല്ലുകയും ചെയ്തു. അതിനെത്തുടർന്ന് 17 വർഷക്കാലം ചിലിയിൽ അഗസ്റ്റോ പിനോചെ (Augusto Pinochet)യുടെ നേതൃത്വത്തിലുള്ള സൈനിക ഭീകരഭരണ മായിരുന്നു ചിലിയിൽ. ചിലിയിൽ സംഭവബഹുലമായ രാഷ്ട്രീയജീവി തവുമായി ഇഴചേർന്നതായിരുന്നു നെരൂദയെന്ന വിശ്വപ്രതിഭയുടെ ജീവിതം. ജീവതാന്ത്യം വരെ കമ്യൂണിസ്റ്റാദർശങ്ങളിൽ അടിയുറച്ചുവി ശ്വസിച്ച വിപ്ലവകവിയായിരുന്നു അദ്ദേഹം.

സ്പാനിഷ് ഭാഷയിൽ രചിക്കപ്പെട്ട നെരൂദാകവിതകളെ ഇന്ന് സഹൃ ദയലോകം നെഞ്ചിലേറ്റി ലാളിക്കുന്നു. അതിന്റെ കാരണം അനുപമ രമ ണീയമായ ആ വരികളിലെ സാന്ദ്രസംഗീതവും ആഴമേറിയ ജീവിതദർശ നവും സൗന്ദര്യവുമാണ്. മനുഷ്യസ്നേഹം ഇതൾവിരിയുന്ന രചനക ളാണ് നെരൂദയുടേത്. മനുഷ്യൻ മാത്രമല്ല, പ്രകൃതിയിലെ എല്ലാം നെരൂ ദയുടെ സഹോദരരാണ്. കടലും നദികളും തടാകങ്ങളും ഉപ്പുപാറകളും വനാന്തരങ്ങളും മലകളും ചെടികളും പക്ഷികളും മൃഗങ്ങളുമെല്ലാം നെരൂ ദാകവിതകളിൽ കടന്നുവരുമ്പോൾ അവയ്ക്കെല്ലാം ഒരു മാനുഷിക മുഖ മുണ്ടാവും. യൗവനകാലത്ത് നെരൂദയ്ക്ക് പ്രചോദനവും പ്രോത്സാഹ നവും നൽകിയത് നോബൽ സമ്മാനജേതാവായ ചിലിയൻ കവി ഗബ്രീല മിസ്ട്രൽ (Gabriela Mistral) ആയിരുന്നു. പിൽക്കാലത്ത് നെരൂദയും നോബൽസമ്മാനത്തിനർഹനായി.

അധ്യാപകനാവുകയെന്നതായിരുന്നു കൗമാരകാലത്തെ നെരൂദ യുടെ അഭിലാഷം. അതിനുവേണ്ടിയദ്ദേഹം സാന്റിയാഗോ (Santiago)

യിൽ ഫ്രഞ്ചുഭാഷ പഠിപ്പിക്കാൻ തീരുമാനിച്ചു. എന്നാൽ അതിനുമുമ്പു തന്നെ കവിത നെരൂദയുടെ ഹൃദയത്തെ കീഴടക്കിക്കഴിഞ്ഞിരുന്നു. 1923 ൽ ആദ്യകവിതാസമാഹാരമായ *Crepuscularo (Book of Twilights)* പ്രസിദ്ധീകരിക്കപ്പെട്ടു. അടുത്തവർഷം തന്നെ *Twenty Love Poems and a Desperate Songs* എന്ന കവിതാസമാഹാരവും പുറത്തുവന്നതോടെ നെരൂദയെ സാഹിത്യലോകം ശ്രദ്ധിക്കാൻ തുടങ്ങി. അന്നുവരെ കവിതയിൽ ദൃശ്യമാവാത്ത സൗന്ദര്യത്തിന്റെ പൂർണിമയായിരുന്നു നെരൂദയുടെ കവിതകൾ സഹൃദയലോകത്തിന് സമ്മാനിച്ചത്.

ഉന്മാദിയായ നിത്യസഞ്ചാരി

യാത്രകളോട് ഭ്രാന്തമായ ഒരു അഭിനിവേശമായിരുന്നു നെരൂദയ്ക്ക്. അവീൻ പുഷ്പങ്ങളും സൈപ്രസ് മരങ്ങളും നിറഞ്ഞ ചിലിയൻ കാടുകളിലും മഞ്ഞുപാളികളിൽ മുങ്ങിയ തടാകതീരങ്ങളിലും കടലോരങ്ങളിലും നദീമുഖങ്ങളിലും എല്ലാം നഷ്ടപ്പെട്ടുപോയ അമൂല്യമായ എന്തോ ഒന്നിനെ തേടുംപോലെ നെരൂദ അലഞ്ഞുതിരിഞ്ഞു. പ്രകൃതി അദ്ദേഹത്തിന് ഒരുതരം ഭ്രാന്തായിരുന്നു. പ്രകൃതിയുടെ സൗന്ദര്യവും അപാരതയും അദ്ദേഹത്തെ മത്തുപിടിപ്പിച്ചു. കടലിന്റെ അപാരത അദ്ദേഹത്തെ ധ്യാനനിരതനാക്കി. ശിശിരകാല രാത്രികളിലെ മഴയുടെ താളം നെരൂദ തന്റെ കവിതകളിലേക്കാവാഹിച്ചു. 'Art of raining' എന്നാണ് അദ്ദേഹം മതിനെ വിശേഷിപ്പിക്കുന്നത്. മഴപെയ്യുക എന്ന പ്രകൃതിയുടെ കല നെരൂദയുടെ ഹൃദയത്തെ മഥിച്ചു.

കൊച്ചുനാളിൽ തന്റെ വീട്ടുമുറ്റത്ത് 'ചെളിയുടെ സമുദ്രം' തന്നെ സൃഷ്ടിച്ച മഴയുടെ ഉത്സവത്തെക്കുറിച്ച് നെരൂദ തന്റെ ആത്മകഥയിൽ പറയുന്നുണ്ട്. മഴയും മഞ്ഞും തീർക്കുന്ന മദിരോത്സവങ്ങൾ കുട്ടിക്കാല ത്തുതന്നെ നെരൂദയെ പ്രകൃതിയുടെ കളിക്കൂട്ടുകാരനാക്കി. സ്കൂളിലേക്ക് പോകുന്നത് തിമിർത്തുപെയ്യുന്ന മഴ കൊണ്ടുകൊണ്ടാണ്. വിറളിപിടിച്ച കാള കൊമ്പുകോർക്കുംപോലെ മഴ ഉഗ്രരൂപിയാവുമ്പോൾ നെരൂദ യുടെയും കൂട്ടുകാരുടെയും കുടകൾ പറന്നുപോവും. ദാരിദ്ര്യം കാർന്നു തിന്നുന്ന പട്ടിണിപ്പാവങ്ങളുടെ കൂരകളിൽ മഴക്കാലം ദുസ്സഹമായിരിക്കും. നെരൂദയുടെ ബാല്യവും ദാരിദ്ര്യംനിറഞ്ഞതായിരുന്നു. വീട്ടിലെ കഷ്ട പ്പാടുകളും പ്രയാസങ്ങളുമെല്ലാം നെരൂദയുടെ മനസിനെ പ്രയാസപ്പെ ടുത്തുമ്പോൾ അദ്ദേഹം പ്രകൃതിയിലേക്കു തിരിയും. കോപവും കുസൃ തിയും സാമ്യമകന്ന സൗമ്യഭാവവും നെരൂദയെ ഉന്മാദിയാക്കും.

മുന്തിരിത്തോപ്പുകൾ നിറഞ്ഞ മധ്യചിലിയൻ പ്രദേശമാണ് നെരൂദ യുടെ നാട്. വീഞ്ഞു സുലഭമായിരുന്നു അവിടെ. ഓർമയുറയ്ക്കുന്നതിൻ മുമ്പേ ക്ഷയരോഗം ബാധിച്ച് അമ്മ മരിച്ചു. നെരൂദയുടെ ബാല്യകാലം ഏകാന്തത നിറഞ്ഞതായിരുന്നു. ശിശിരകാല സന്ധ്യകളിൽ നനുത്തു വിറങ്ങലിച്ചുനിൽക്കുന്ന വൃക്ഷശാഖികളിൽ തള്ളപ്പക്ഷികൾ കുഞ്ഞുപ ക്ഷികളുടെ വായിൽ ഇരവെച്ചുകൊടുക്കുകയും വിറങ്ങലിച്ച കുഞ്ഞുതൂ വലുകൾ മാടിയൊതുക്കുകയും ചെയ്യുന്നതുകാണുമ്പോൾ നെരൂദയുടെ മനസ്സ് വിതുമ്പും.

അമ്മയെക്കുറിച്ച് ഓർക്കാൻ നെരൂദയ്ക്ക് ഓർമകളില്ല. അമ്മയെക്കു റിച്ചുള്ള ഓർമകൾക്കുവേണ്ടി നെരൂദ ദാഹിച്ചു. ജീവിച്ചിരിപ്പില്ലാത്ത അമ്മ യുടെ ഇല്ലാത്ത ഓർമകൾ ചികഞ്ഞെടുക്കാൻ അയാൾ ഭ്രാന്തമായി ആഗ്ര

ബുദി തടാകം

ഹിച്ചു. അദമ്യമായ അഭിലാഷങ്ങളെ നിഷ്കരുണം ചിറകറുക്കുന്ന വിധി
യുടെ ക്രൂരവിനോദത്തോടു പൊരുതാൻ അയാൾ തന്റെ തീക്ഷ്ണമായ
കൽപ്പനാവൈഭവം ആയുധമാക്കി. ഭൂമിയിലെ നിന്ദിതരോടും പീഡിത
രോടും ആഴമാർന്ന സഹാനുഭൂതിയും സ്നേഹവും പുലർത്തിയ ആ
കവിഹൃദയം സർവ ജീവജാലത്തെയും ജീവനില്ലാത്തവയേയും സ്നേ
ഹിച്ചു. പൂത്തുലഞ്ഞുനിൽക്കുന്ന കാട്ടിലെ ആപ്പിൾ വൃക്ഷത്തെ ഗാഢ
മായി ആലിംഗനം ചെയ്യാനും അണ്ണാറക്കണ്ണന്മാർക്ക് മുത്തംനൽകാനും
തടാകതീരത്തെ കളിമണ്ണിൽ കുളിച്ച് തലകുത്തിമറിയാനും നെരൂദയുടെ
മനസിന്റെ വിസ്തൃതി അന്യാദൃശമായിരുന്നു.   പക്ഷികളെയും വണ്ടു
കളെയും ചിത്രശലഭങ്ങളെയും സ്നേഹിച്ച, അവയോടൊത്തു കളിച്ച
നെരൂദയുടെ അമ്മ കവിതകളെഴുതിയിരുന്നത്രെ. പക്ഷേ, ചന്തമുള്ള
അമ്മയുടെ ഛായാചിത്രമല്ലാതെ അവരുടെ കവിതകളൊന്നും നെരൂദ
കണ്ടിരുന്നില്ല. അവർ സ്നേഹമയിയായിരുന്നുവെന്ന് മാത്രം നെരൂദയ്
ക്കറിയാം. തനിക്കു ലഭിക്കാതെ പോയ ആ സ്നേഹം പ്രകൃതിയുടെ
ഉറവകളിൽനിന്നും നുകരാൻ വേണ്ടിയുള്ളതായിരുന്നു അദ്ദേഹത്തിന്റെ
യാത്രകൾ. അവ വെറും യാത്രകളായിരുന്നില്ല. ഒരു നാടിന്റെ സിരകളി
ലൂടെ അജ്ഞാതരായ മനുഷ്യരുടെ, ഭാഷയേതെന്നറിയാത്ത അനേക
കോടി ജനതയുടെ ഹൃദയസ്പന്ദനങ്ങൾ തേടിയുള്ള അന്വേഷണമായി
രുന്നു. അറിയപ്പെടാത്ത മനുഷ്യരുമായുള്ള സാഹോദര്യം സ്ഥാപിക്കാൻ
വെമ്പിയ മനുഷ്യസ്നേഹിയായ വിപ്ലവകാരിയായിരുന്നു നെരൂദ. പ്രകൃ
തി അദ്ദേഹത്തിന് മനുഷ്യനിൽനിന്നും വേറിട്ട ലാവണ്യക്കാഴ്ചകളായി
രുന്നില്ല. മനുഷ്യന്റെ ഭാഗമായ മാനുഷികവൽക്കരിക്കപ്പെട്ട ജീവഭാവമാ
യിരുന്നു നെരൂദയ്ക്ക് പ്രകൃതി. പ്രണയത്തെ ഇത്ര തീക്ഷ്ണമായി ആവി
ഷ്കരിച്ച കവി വേറെയില്ല. പ്രകൃതി അദ്ദേഹത്തിന് അമ്മയും ആത്മസ
ഖിയും കാമിനിയും എല്ലാമായിരുന്നു. *Unclothed You are* എന്ന കവി
തയിലെ വരികൾ നോക്കുക:

"നഗ്ന നീ തിരശ്ശീലയില്ലാത്തൊരുടൽപോലെ
നഗ്ന നീ പ്രപഞ്ചത്തിന്നേക വാസ്തവംപോലെ
നഗ്ന നീ നിലാവിന്റെയീറനാം
പൊളിപോലെ
നഗ്ന നീ അലിയുന്ന മനശ്ചാഞ്ചല്യംപോലെ
നഗ്ന നീ പറുദീസാമരത്തിൽ പഴംപോലെ
നഗ്ന നീ മൃദുലമാം
മോഹസ്നിഗ്ധതപോലെ
നഗ്ന നീ വേനൽപ്പാടം
നീട്ടുന്ന കതിർപോലെ
നഗ്ന നീ മണ്ണിൽനിന്നു
പൊന്തിയ പൊരുൾപോലെ
നഗ്ന നീ ക്യൂബൻരാവിൽ

നീലച്ച നിറമുള്ളോൾ
നഗ്ന നീ വെളിച്ചത്തെ
മറയ്ക്കാൻ കഴിയാത്തോൾ
നഗ്ന നീ ചെമ്മുന്തിരി വള്ളിപോൽ മുടിയുള്ളോൾ
നഗ്ന നീ മുടിപ്പിന്നായ്ത്താരങ്ങൾ ചൂടുന്നോൾ.
നഗ്ന നീ ചെമപ്പാർന്നൊരുദയം കടഞ്ഞപോലെ
നഗ്ന നീ നിൻ വിഗ്രഹം തിളങ്ങും പുൽമെതാനം."

(പരി: എൻ പി ചന്ദ്രശേഖരൻ)

വിഷാദമാവിഷ്കരിക്കുമ്പോൾ പോലും അനുവാചകഹൃദയത്തിൽ അനിർവചനീയമായ ഹർഷാനുഭൂതി കോരിയിടാൻ കഴിയുന്ന കവിത കളാണ് നെരൂദയുടേത്. ഏറെ പ്രസിദ്ധമായ *ഈ രാത്രിയാവുമെനിക്കേ റ്റവും........* എന്ന കവിതനോക്കുക;

"ഈ രാത്രിയേകുന്നു തോരാത്ത ശോകം
തീരാത്ത നോവിന്റെയേകാന്തഗീതം
'ഈ രാത്രി കമ്പിതഗാത്രി'– ഞാൻ പാടി
"താരങ്ങൾ, നീലച്ചദു:ഖങ്ങൾ സാക്ഷി"
ഏകാകിയാം തെന്നൽ ഏകതാരമീട്ടി:
ഏതോവിഷാദാർദ്രഗീതം മുഴങ്ങി.
പ്രേമിച്ചു നിന്നെ ഞാനെപ്പോഴോ: എന്നെ–
പ്രേമിച്ചു നീയും തിരിച്ചന്ധമായി
ഈ രാത്രിപോലുള്ള രാത്രികൾ നീളേ
തീരാത്തയുമ്മകൾ പങ്കിട്ടു നമ്മൾ.
പ്രേമിച്ചു നീയെന്നെ എപ്പോഴോ ഞാനും
പ്രേമിച്ചു നിന്നെതിരിച്ചന്ധമായി.
പ്രേമാർദ്ര നീലമാം നിന്മിഴിക്കീഴിൽ
പ്രേമാർഥിയാകാത്തൊരാൺ ജന്മമുണ്ടോ?

(പരി: എൻ പി ചന്ദ്രശേഖരൻ)

പ്രണയിക്കാത്ത മനുഷ്യൻ പൂക്കാത്ത മരമാണെന്നു പറഞ്ഞ നെരൂ ദയ്ക്ക് വിപ്ലവമെന്നാൽ മനുഷ്യവംശത്തോടുള്ള അഗാധമായ പ്രണയ മാണ്.

"വസന്തം ചെറിമരങ്ങളെ പുഷ്പിണിയാക്കും പോലെ
ഞാൻ നിന്നെയും പ്രണയിച്ചു പുഷ്പിണിയാക്കും"

എന്ന് എഴുതുന്ന നെരൂദയെപ്പോലെ ബിംബങ്ങളെ അയത്നസുന്ദ രമായി കവിതയിൽ ലയിപ്പിച്ച ആധുനിക കവികൾ വിരളമാണ്.

ആദ്യകവിതയും ഹംസങ്ങളും

ജന്മദേശത്തെ ബുദി (Budi) തടാകത്തിലെ കവിഭാവനയെ പുഷ്ക ലമാക്കിയത് സ്വർഗത്തിലെ അരയന്നങ്ങൾതന്നെയായിരുന്നു. പൗരാണിക കഥകളിലെ അരയന്നങ്ങളുടെ കാന്തിയുണ്ടായിരുന്നു അവയ്ക്. നീണ്ട ചിറകുകൾ വിടർത്തി തടാകത്തിലെ നീലപ്പരപ്പുകളിലൂടെ നീന്തിത്തുടി

ക്കുന്ന കഴുത്തിൽ ശ്യാമവർണമുള്ള, അരുണനിറമാർന്ന കണ്ണുകളും ഓറഞ്ച് നിറത്തിലുള്ള കൊക്കുകളുമുള്ള അരയന്നങ്ങൾ ലോകത്തിൽ മറ്റൊരിടത്തും കവി കണ്ടിരുന്നില്ല. പ്യൂർട്ടോസാവെദ്ര (Puerto Saavedra) എന്ന സമുദ്രതീരത്തെ തടാകത്തിലാണ് നെരൂദ തന്റെ യൗവ നകാലത്ത് ഈ 'ഹംസങ്ങ'ളെ കണ്ടുമുട്ടിയത്. വേട്ടക്കാരാൽ മുറിവേറ്റ ഒരു അരയന്നത്തെ നെരൂദയുടെ കൈയിൽ കിട്ടി. അതിനെ പരിചരിച്ച് നെരൂദ ആ ചിറകുവിടർത്തിയ സുന്ദരിയെ ചങ്ങാതിയാക്കി. കൈകളിൽ ആ സുന്ദരിപ്പക്ഷിയെയുംകൊണ്ട് നദിക്കരകളിലൂടെ നടന്നു. ഏകദേശം കവിയോളം ഉയരമുണ്ടായിരുന്നു ആ പക്ഷിക്ക്. ദിവസങ്ങൾ അങ്ങനെ തന്റെ നെഞ്ചിൽ ചൂടേറ്റുകളിച്ചും കുളിച്ചും തിമിർത്ത ആ മോഹപ്പക്ഷി തന്റെ മാറിൽ കിടന്നു ലോകത്തോട് യാത്രപറഞ്ഞ അനുഭവം കവി വികാ രഭരിതമായി അയവിറക്കുന്നുണ്ട് തന്റെ ആത്മകഥയിൽ. അതിന്റെ വിഷാ ദാത്മകതയാണ് തന്റെ ആദ്യകവിതയുടെ പ്രചോദനമെന്ന് അദ്ദേഹം പറ യുന്നുണ്ട്.

ഗ്രീഷ്മമമായാലും ശിശിരമായാലും ഹേമന്തമായാലും ഭൂമിയുടെ മാറി ലൂടെ നടന്നു സായൂജ്യമടയുമായിരുന്നു നെരൂദ. ചിലന്തികളെയും വണ്ടു കളെയും കൈകളിലേന്തി ചിത്രശലഭങ്ങളെ സ്വപ്നംകണ്ട്, അരയന്ന ങ്ങൾക്കുവേണ്ടി ദാഹിച്ച്, മഴവില്ലുകളെ കാമിച്ച് സാന്ദ്രനിശ്ശബ്ദമായ ആകാശനീലിമ നൽകിയ അനുഭൂതിയിൽ നിദ്രകൊണ്ട നെരൂദയോളം, പ്രകൃതിയിൽ ആടിത്തിമിർത്ത കവി വേറെയില്ല. ബാർലിവയലുകളിലൂ

മാർക്കേസുമൊത്ത്

ടെയും ഓറഞ്ചുപാടങ്ങളിലൂടെയും ആപ്പിൾത്തോട്ടങ്ങളിലൂടെയും അലഞ്ഞും സമുദ്രതീരത്തെ പഞ്ചാരമണൽത്തരികളിൽ തലചായ്ച്ചും അറ്റമില്ലാത്ത ലോകത്തെ കിനാവുകണ്ട കവിയായിരുന്നു നെരൂദ. പുലരി തുടുത്തുവരും മുമ്പേ എഴുന്നേറ്റ് പച്ചക്കരിമ്പടം പുതച്ച പ്ലം വിളയുന്ന കാട്ടിൽ പോവുമായിരുന്നു, നെരൂദ. പോവുമ്പോൾ കൈയിൽ ഒരുനുള്ള് ഉപ്പുണ്ടാവും. ഉയർന്ന പ്ലംമരത്തിൽ കയറി പ്ലംപഴം പറിച്ച് ഉപ്പുചേർത്തു കഴിക്കും.

സാഗരങ്ങളെ പ്രണയിച്ച മൈനാകം

ശപിക്കപ്പെട്ട മൈനാകപ്പക്ഷി ചിറകുവിടർത്തി പറന്നുയരുന്ന പുരാ വൃത്തം ഇന്ത്യൻ സംസ്കാരത്തിന്റേതാണ്. പർവതമായും പക്ഷിയായും പരികൽപ്പനചെയ്യപ്പെട്ട മൈനാകവും സമുദ്രവും തമ്മിലുള്ള ആത്മബ ന്ധമായിരുന്നു നെരൂദയും സമുദ്രവുമായി നിലനിർത്തിയത്. സാഗരനീ ലിമ നെരൂദയെ വികാരവിവശനാക്കി. സാഗരഗർജനം നെരൂദയെ അല സതയിൽനിന്നുണർത്തി. അനന്തതയുടെ ആ ചിറകടിനാദം കവിഭാവ നയ്ക്ക് വിവിധവർണങ്ങൾ നൽകിയനുഗ്രഹിച്ചു. സമൂഹത്തിൽ മനു ഷ്യൻ തീർത്ത മതിലുകളെ പൊളിച്ച് വിശ്വസാഹോദര്യത്തിന്റെ ഭാസു രഗീതങ്ങൾ രചിക്കാൻ സമുദ്രത്തിന്റെ അപാരത കവിക്ക് പ്രചോദനം നൽകി.

ഏകാന്തതയുടെ അപാരതയും പ്രശാന്തതയുടെ ആർദ്രസാന്നി ധ്യവും പ്രക്ഷുബ്ധതയുടെ സാന്ദ്രതാളവും വിഷാദാത്മകതയുടെ ശിൽപ്പ സൗന്ദര്യവും ലയിച്ചുചേരുന്ന പ്രകൃതിയുടെ അന്യൂന ചൈതന്യമായി ട്ടാണ് നെരൂദ സമുദ്രത്തെ വരച്ചുവയ്ക്കുന്നത്. സ്നേഹമസൃണമായ ആത്മസഖിയുടെ സ്പർശമാണ് കവിക്ക് കടൽ. അവൾ അമ്മയെപ്പോലെ സ്നേഹം ചുരത്തുന്നവളാണ്. അകൃത്രിമമായ ആ അപാരതയിൽ കോപ ത്തിന്റെ തിരയലറുമ്പോഴും വാത്സല്യത്തിന്റെ സൗമ്യസംഗീതമായി ലയി ക്കുമ്പോഴും കവിക്കത് പ്രകൃതിയുടെ ദ്വന്ദ്വഭാവങ്ങളായിട്ടേ കാണാൻ കഴിയൂ. നെരൂദ പ്രകൃതിയെ നോക്കിക്കാണുകയല്ല; ആഴ്ന്നിറങ്ങുക യാണ്. കവി ഏകാകിയായി മുറിക്കകത്തു കഴിയുമ്പോൾ സമുദ്രം അതിന്റെ പതനുരയും കണ്ണുകളാൽ തന്നെ ഉറ്റുനോക്കുകയും വിളിച്ചു ണർത്തുകയും ചെയ്തതിനെക്കുറിച്ച് കവി പറയുന്നുണ്ട്.

ഒരിക്കൽ ഇന്ത്യ സന്ദർശിച്ച നെരൂദയെ ഇവിടത്തെ പ്രകൃതിയുടെ അചുംബിത സൗന്ദര്യം ആഴത്തിൽ സ്പർശിക്കുകയുണ്ടായി. ബോംബെ നഗരത്തിലെ പാതയോരത്ത് തളർന്നുറങ്ങുന്ന അശരണരായ മനുഷ്യ രുടെ ദൈന്യത കവിയെ വേദനിപ്പിച്ചു. കൊളോണിയൽ ഭരണം ഇന്ത്യക്കു സമ്മാനിച്ച ദുരിതത്തെക്കുറിച്ചദ്ദേഹം എഴുതിയിട്ടുണ്ട്. സിങ്കപ്പൂരിലെ കാഴ്ചബംഗ്ലാവുകളും ഇന്ത്യയിലെ കാളിക്ഷേത്രവും സുമാത്രയിലെ ബൊട്ടാണിക്കൽ ഗാർഡനുമെല്ലാം ആ കാവ്യഭാവനയ്ക്ക് മിഴിവേകി. കാഴ്ചബംഗ്ലാവുകളിലെ കൂട്ടിലടയ്ക്കപ്പെട്ട പക്ഷികളുടെ ചിറകടികൾ

ആ സ്വാതന്ത്ര്യദാഹിയെ വേദനിപ്പിച്ചു. നിസ്സഹായരായ മൃഗങ്ങളുടെ നഗ
രരോദനം ആ കവിഹൃദയത്തെ വേട്ടയാടി.

ഇന്ത്യ സന്ദർശിച്ചപ്പോൾ മഹാത്മാഗാന്ധി, നെഹ്റു, നേതാജി തുട
ങ്ങിയവരുമായി കൂടിക്കാഴ്ച നടത്തുകയുണ്ടായി. ഗാന്ധിജിയെക്കുറിച്ച
ദ്ദേഹം പറയുന്നത് "സമർഥനായ കുറുക്കന്റെ ഭാവമുള്ള ആൾ" എന്നാണ്.
ബുദ്ധന്റെ ധ്യാനനിമഗ്നമായ പ്രതിമ അദ്ദേഹത്തെ പിടിച്ചു നിർത്തി.

രക്തവിവാഹം (*Blood-wedding*) എന്ന നാടകത്തിന്റെ കർത്താ
വായ വിശ്വവിഖ്യാതനായ ലാറ്റിനമേരിക്കൻ കവി ലോർക്ക (Federico
Garcia Lorca) നെരൂദയുടെ സമകാലികനായിരുന്നു. നെരൂദയെപ്പോലെ
തന്നെ പ്രകൃതിസ്നേഹിയും വിപ്ലവകാരിയുമായിരുന്നു ലോർക്കയും. 1933
ലാണ് നെരൂദ, ലോർക്കയെ ആദ്യമായി കാണുന്നത്. സ്ഥലം ബ്യൂണസ്
അയേഴ്സ് (Buenos Aires). *രക്തവിവാഹമെന്ന* തന്റെ നാടകം സംവി
ധാനം ചെയ്യാൻ വേണ്ടിയാണ് ലോർക്ക നഗരത്തിലെത്തിയത്. അവിടെ
വെച്ച് അവർ സുഹൃത്തുക്കളായി. ഗബ്രിയേൽ ഗാർസിയ മാർക്കേസ്,
ഫിദൽ കാസ്ട്രോ തുടങ്ങിയ മഹാരഥന്മാരുമായുള്ള നെരൂദയുടെ ആത്മ
ബന്ധം പ്രസിദ്ധമാണ്. 1973 ൽ പാവനമായ ആ കവി ഹൃദയം നില
യ്ക്കുംവരെ അത് രമണീയമായ പ്രപഞ്ചത്തിനും മാനവരാശിക്കും
വേണ്ടി തുടിച്ചു.

4

വിയർപ്പുമുത്തും വിത്തും കൈക്കോട്ടും
വൈലോപ്പിള്ളി

പുത്തൻ വരിഷത്തിൻ
പുലരിക്കണി കാണാൻ
എത്തും കിളിപാടി:
"വിത്തും കൈക്കോട്ടും
ഒത്തു നിരക്കട്ടേ
വിത്തും കൈക്കോട്ടും!"
പ്രകൃതിയോടുള്ള ശാസ്ത്രീയദർശനമാണ് വൈലോപ്പിള്ളിയുടെ
കവിതകളെ ഇത്രമേൽ ജനകീയമാ
ക്കിയത്. പ്രകൃതിയെന്നത് ഒരു സൗന്ദ
ര്യശിൽപ്പമല്ലെന്നും പണമുള്ളോർ
കൈയടക്കിവെച്ച സ്വകാര്യസ്വത്താ
ണെന്നും പ്രകൃതി സുന്ദരമാകുന്നത്
അതിൽ വിയർപ്പുമുത്തുവിതയ്ക്കുന്ന
വർക്ക് നീതി ലഭിക്കുമ്പോഴാണെന്നും
ഉറച്ചുവിശ്വസിച്ച കവിയായിരുന്നു
വൈലോപ്പിള്ളി. കവിതയ്ക്കു വേണ്ടി
മണ്ണു കുഴിച്ചുകുഴിച്ചുപോയ കവി,
കാലത്തെയും പ്രകൃതിയെയും ആവി
ഷ്കരിച്ചത് നീതിയുടെ നക്ഷത്രക്കണ്ണു
കളിലൂടെയായിരുന്നു. "എല്ലാരും
പാടത്ത് സ്വർണം വിതച്ചപ്പോൾ,
ഏനെന്റെ പാടത്ത് സ്വപ്നം വിതച്ചു"
വെന്നു പറയുന്ന പുലയിപ്പെണ്ണിന്റെ
ഭഗ്നമോഹങ്ങളെയും പ്രതീക്ഷക

വൈലോപ്പിള്ളി

ളെയും പാടത്തെ മണ്ണിൽ അലിയിച്ച കവിയായിരുന്നു അദ്ദേഹം. വേദന
യുടെ തീയിൽ കുരുത്ത വരികൾകൊണ്ട് ധനികവർഗത്തിന്റെ ആഢ്യ
സങ്കൽപ്പങ്ങളെ പൊള്ളിച്ച കവി, മലയാള ഭാവുകത്വത്തെ അശാന്തമാ
ക്കി. സുന്ദരസങ്കൽപ്പങ്ങളെന്നു ഘോഷിക്കപ്പെട്ട ധാരണകളെ തന്റെ ദർശ
നത്തിന്റെ മകുടമുനയിലേക്കുയർത്തി താഴോട്ടെറിയുന്ന നാറാണത്തു
ഭ്രാന്തന്റെ നിസ്സംഗഭാവമായിരുന്നു ഇത്. പ്രകൃതിയെയും കാലത്തെയും
സുന്ദരമാക്കുന്നത് അധ്വാനിക്കുന്ന മനുഷ്യർ നിരാനന്ദമായ സമൂഹത്തെ
പുതുക്കിപ്പണിയുമ്പോഴാണെന്ന് വിശ്വസിച്ച അനേകം കവികൾ നമുക്കി
ല്ല. കവിതകൊണ്ട് ഒരു ജീവിതാവസ്ഥ സൃഷ്ടിക്കാമെന്നു വിശ്വസിച്ചവരും
നമുക്കേറെയില്ല. പ്രകൃതിയുടെ ലീലകളിൽ അഭിരമിക്കുന്ന കാൽപ്പനി
കതയല്ല, ജീവിതത്തിന്റെ കടലിൽ നീന്തിത്തുടിച്ച് സമുദ്രഗർഭത്തിൽനിന്ന്
പുത്തൻ മാനവദർശനത്തിന്റെ മുത്തും പവിഴവുമായി തിരിച്ചുവന്ന പോരാ
ളിയുടെ ദാർഢ്യമാണ് വൈലോപ്പിള്ളിക്കവിതയിൽ നിറഞ്ഞുനിൽക്കു
ന്നത്.

പ്രകൃതിപ്രതിഭാസങ്ങളെക്കുറിച്ചും ജീവപരിണാമത്തെക്കുറിച്ചുമുള്ള
ശാസ്ത്രീയദർശനം പഴുത്തു പാകമായ് നിൽക്കുന്ന മാകന്ദങ്ങളാണ്
വൈലോപ്പിള്ളിയുടെ കവിതകൾ.

"നിന്നു ഞാനൊരു കുന്നിൽ,
കണ്ടു ഞാനെല്ലാം, ആദ്യ–
സ്പന്ദവും, പിന്നെപ്പൂവും
നരനും വിരിഞ്ഞതും"

(പക്ഷേ – ഗീതകം)

എന്ന് വിളിച്ചു പറയുന്ന കവി, മർത്ത്യവർഗത്തിന്റെ കാവൽക്കാര
നാണെന്ന് വിശ്വസിച്ചു. ഭൂമിയിൽ മനുഷ്യന്റെ സ്ഥാനം ഏറ്റവും ഉന്നത
മാണെന്ന് കുന്നിൻമുകളിൽ കയറി ഉദ്ഘോഷിക്കുമ്പോഴും മർദക വർഗ
ത്തിന്റെ നെഞ്ചിനുനേരെ കല്ലുരുട്ടിയെറിയാൻ മടികാണിക്കാത്ത കവി
യായിരുന്നു അദ്ദേഹം. സാമൂഹികവൈരുധ്യങ്ങളുടെ കയ്പ് കലർത്താതെ
വൈലോപ്പിള്ളിക്ക് മാമ്പഴംപോലും മാധുര്യം നൽകിയില്ല. മുലകുടിക്കാലം
കഴിഞ്ഞ കുട്ടിയുടെ വായിൽ തികട്ടിവരുന്ന ചെന്നിനായകത്തിന്റെ സ്വാദ്
വൈലോപ്പിള്ളി സൃഷ്ടിച്ച മിത്താണ്. പ്രാചീനകമ്യൂണിസത്തിന്റെ ഓർമ
യാണ് മുലപ്പാലിലൂടെ കവി മനുഷ്യരുമായി പങ്കുവയ്ക്കുന്നത്. വർഗസ
മൂഹം ഉയർന്നുവന്നതോടെ മണ്ണിൽ അധ്വാനിക്കുന്ന വർഗം അന്യവൽക്ക
രിക്കപ്പെട്ടു. *മാമ്പഴത്തിലെ കുട്ടി, പ്രാചീനഗോത്രവർഗത്തിന്റെ മിത്താ
ണ്. മാവു പൂക്കുമ്പോഴേക്കും പൂങ്കുല തല്ലുന്ന കുട്ടി കീഴാളനാണ്.* മാമ്പ
ഴത്തെ അമ്മയും കുഞ്ഞും തമ്മിൽ ബന്ധിപ്പിക്കുന്ന ഫ്രോയ്ഡിയൻ
സങ്കൽപ്പം ലൈംഗികമാത്രമായ ഒരു ഇടനാഴിയിലേക്ക് കവിതയെ ഇറ
ക്കിനിർത്തുന്നതാണ്. മാകന്ദം പൂവിട്ടുണ്ണികൾ വിരിയുന്ന, എല്ലാടവും
പുഷ്പഗന്ധം പരത്തുന്ന കാലം തകർന്നുപോയ ഗോത്രവ്യവസ്ഥയുടെ
താണ്. ഇത് മാമ്പഴത്തെക്കുറിച്ചുള്ള കവിതയല്ല. മാവേലിനാടിനെക്കുറി
ച്ചുള്ള നാടുവാഴിത്തകാലത്ത നാഗരികമനസിന്റെ ഗൃഹാതുരതകലർന്ന
ഓർമയും മധ്യവർഗത്തിന്റെ സംഘർഷപ്രകാശനവുമാണ്. വിത്തുവിതച്ചു

പൂവും കതിരുമായി വള
രുന്ന കാലത്ത് അത്
കൊയ്ത് പണിയാളർക്ക്
തുല്യമായി വീതിച്ചു
പോന്ന വ്യവസ്ഥയെയാ
ണ് പ്രാചീനഗോത്രവ്യവ
സ്ഥയെന്നു വിശേഷിപ്പി
ക്കുന്നത്. ആ പ്രാചീന
സമത്വവ്യവസ്ഥ തകർ
ന്ന് അടിമത്തവും ജന്മി
നാടുവാഴിവ്യവസ്ഥയും
ആവിർ ഭവിച്ചതോടെ
ധാന്യവും പഴങ്ങളു
മെല്ലാം സ്വകാര്യ ഉടമക
ളുടേതായി മാറി. മലയ
പ്പുലയനും മലയപ്പുല
യിയും ഭൂമിയിൽ ഉടമാ
വകാശം ഇല്ലാത്തവരാ

ഇ എം എസുമൊത്ത്

യി. 'കരുമാടിക്കുട്ടൻ കുതികൊള്ളും തോപ്പി'ൽ ചോര നീരാക്കുന്ന അവ
രുടെ പുരയിടത്തിൽ, അവർ നട്ടുവളർത്തിയ വാഴയും മാവുമെല്ലാം ജന്മി
മാർക്കുള്ളതാണ്. അതിൽനിന്ന് ഒരു മാമ്പഴം പോലും, ഒരു വാഴപ്പഴം
പോലും അടർത്തിയെടുത്ത് തങ്ങളുടെ കുട്ടികൾക്ക് നൽകാൻ അടിയാ
ളർക്ക് അവകാശമുണ്ടായിരുന്നില്ല. പഴങ്ങളായി വരുന്നതുവരെ അവ
കാക്കേണ്ടത് പാടത്ത് സ്വപ്നം വിതയ്ക്കുന്ന ദളിതരാണ്. ഫലം ജന്മി
യുടെ പത്തായത്തിൽ നിറയുമ്പോൾ, സ്വപ്നം മലയപ്പുലയരുടെ
നെഞ്ചിൻ കൂടിനകത്ത് മുളയ്ക്കാത്ത വിത്തായി കുമിഞ്ഞുകൂടും. പൂത്തു
ലഞ്ഞുനിൽക്കുന്ന, 'പൂത്തിരികത്തിച്ച' പോലുള്ള ആ മാകന്ദം കാണു
മ്പോൾ, പൂത്തിരി തല്ലിക്കൊഴിക്കാനുള്ള കുട്ടികളുടെ പ്രേരണ ചരിത്ര
പരമായി രൂപപ്പെട്ടതാണ്. ഒരു ജനതയുടെ പ്രേരണ ഇങ്ങനെ ചരിത്രപ
രമായി സഞ്ചയിക്കപ്പെടുമ്പോഴാണ് മിത്തുകൾ രൂപംകൊള്ളുന്നത്.
പൂങ്കുല പഴമാവുന്നതുവരെ കാക്കേണ്ട വർഗത്തിന്, പൂങ്കുല ഒരു
ഭീതിയും ബാധയുമാണ്. അത് കൊഴിഞ്ഞുപോയാൽ ശിക്ഷ ലഭിക്കു
ന്നത് കുട്ടികൾക്കല്ല, രക്ഷിതാക്കൾക്കാണ്. യഥാർഥത്തിൽ ഒരു കുലയി
ലുള്ളതെല്ലാം പഴമായി മാറുന്നില്ല. അതിൽ നല്ലഭാഗവും കൊഴിഞ്ഞു
പോവാനുള്ളതാണെന്ന പ്രകൃതിനിയമത്തെ മറികടന്നുകൊണ്ടാണല്ലോ
സ്വകാര്യസ്വത്തുടമാവ്യവസ്ഥ രൂപംകൊള്ളുന്നത്. ഇങ്ങനെ അധ്വാനി
ക്കുന്ന വർഗവും അതിന്റെ ഫലം കവർന്നെടുക്കുന്ന ചൂഷകവർഗവും
തമ്മിലുള്ള വർഗവൈരുധ്യമാണ് 'മാമ്പഴ'മെന്ന മിത്തിലൂടെ കാവ്യവൽക്ക
രിക്കപ്പെടുന്നത്.

പൂങ്കുല കണ്ടാൽ തല്ലിക്കൊഴിക്കാനുള്ള പ്രേരണയിൽ ഈ ചൂഷ
കവർഗത്തോടുള്ള ചരിത്രപരമായി സഞ്ചയിക്കപ്പെട്ട പ്രതിഷേധമുണ്ട്.

കുട്ടിക്കാലത്തെ നൈസർഗിക പ്രേരണയായിട്ടാണിത് പുറത്തുവരുന്നത്. പ്രായമാവുന്നതോടെ മനുഷ്യവർഗത്തോളം പഴക്കമുള്ള ഈ ഗോത്രചോദന വ്യക്തികളിൽ കുറഞ്ഞുവരുന്നു. അതുകൊണ്ടാണ് മാമ്പഴം വേണ്ടങ്കിലും മാവിനു കാവൽനിൽക്കാനും അതിന്റെ ചുവട്ടിൽനിന്ന് കുട്ടികളെ ഓടിക്കാനും മുതിർന്നവർ താൽപ്പര്യം കാണിക്കുന്നത്. സ്വകാര്യസ്വത്തിന്റെ വികാസത്തിന്റെ പ്രതീകമാണ് മാമ്പഴം. സ്വകാര്യസ്വത്തവകാശത്തിനെതിര പൊരുതിയവരെ ധനികവർഗം കൊന്നുകുഴിച്ചുമൂടി. അങ്ങനെ ഉന്മൂലനം ചെയ്യപ്പെട്ട കീഴാളനാണ്, കുട്ടിയായി തിരിച്ചുവന്ന്, കവിയെ ഉണർത്തുന്നത്. ഇങ്ങനെ പ്രകൃതിയിലെ ഒരു വൃക്ഷത്തെ മനുഷ്യവർഗചരിത്രവുമായി ബന്ധിപ്പിച്ച് വിശകലനം ചെയ്യുന്ന കാവ്യപ്രതിഭയാണ് വൈലോപ്പിള്ളിയുടേത്. എങ്ങനെയാണ് മധുരമൂറുന്ന മാമ്പഴം സ്വകാര്യസ്വത്തിന്റെ മിത്തായി മാറുന്നത്? സ്വച്ഛമായ പ്രകൃതിയിൽ, മനുഷ്യൻ യാതൊരു വളവും വെള്ളവും പരിചരണവും നൽകാതെ ലളിതമായി പറഞ്ഞാൽ താനേ പ്രകൃതി വളർത്തുന്ന ഫലമാണ് മാമ്പഴം. ഇങ്ങനെ താനേ വളരുന്ന മാമ്പുവാണ് കുട്ടികൾ ഒന്നു ഞെരടുന്നത്. എന്നാൽ അത് തല്ലിക്കൊഴിക്കുകയാണെന്ന മുതിർന്നവരുടെ ഭീതിയിൽ നിഴലിക്കുന്നത് സ്വകാര്യസ്വത്തിന്റെ സംരക്ഷിതാവസ്ഥയിൽനിന്നുള്ള സംഘർഷാവസ്ഥയാണ്.

വൈലോപ്പിള്ളി പ്രകൃതിയെ ആവിഷ്കരിച്ചതിലുമപ്പുറം പ്രകൃതിയിൽ ജീവിച്ച കവിയായിരുന്നു. കുടുംബം, സ്വകാര്യസ്വത്ത്, ഭരണകൂടം എന്നിവയിൽ നിന്നെല്ലാം വഴുതിമാറി ഒറ്റയാനായി വാതിൽ കൊട്ടിയടച്ച് ജീവിച്ച ഒരാൾ എങ്ങനെയാണ് പ്രകൃതിയിൽ ജീവിക്കുന്നത്? മനസ്സ് മുഴുവൻ പ്രകൃതിയുടെ സ്വച്ഛന്ദതയിലും ശരീരം കൊട്ടിയടച്ച വീട്ടിലുമായി പകുകപ്പെട്ട ജീവിതമായിരുന്നു വൈലോപ്പിള്ളിയുടേത്. പ്രാചീന മനുഷ്യൻ ജീവിച്ച ഗുഹയിലാണ് വൈലോപ്പിള്ളി ജീവിച്ചത്. നാഗരികതയുടെ ആക്രാന്തങ്ങളെ വെറുത്ത കവിക്ക് അങ്ങനെയേ സാധിക്കൂ. താൻ ജീവിക്കുന്ന വീട് സർപ്പക്കാടുകൾ നിറഞ്ഞ ഗുഹയോ ഇരുണ്ട ഗർത്തമോ ആയിരുന്നു വൈലോപ്പിള്ളിക്ക്.

"പണ്ടൊരു സർപ്പക്കാവെൻ വീട്ടിൻ
പിന്നിൽ പകലുമിരുട്ടിൻ വീടായ്
കണ്ടു ഭയാത്ഭുത ഭക്ത്യാഹ്ലാദപു-
രസ്സരമെന്നുടെ ബാല്യപ്രായം."
(സർപ്പക്കാട്)
എന്നു പാടുന്ന കവിയുടെ ബാല്യപ്രായം മാനവരാശിയുടെ ബാല്യപ്രായമാണ്. *മാമ്പഴത്തിൽ* ആവിഷ്കരിക്കപ്പെട്ട സമൂഹത്തിന്റെ ബാല്യപ്രായമായ പ്രാചീന ഗോത്രവ്യവസ്ഥയാണിത്.

"പിന്നീടേട്ടനുമൊത്തു ഗൃഹത്തിൻ
പിന്നിലിരുട്ടുകൾ കെട്ടിയ കാട്ടിൻ
സന്നിധി പൂകി രഹസ്യവിലങ്ങളി
ലെൻമിഴി പാകിനടന്നേൻ ചുറ്റും."
എന്നും എഴുതുന്നിടത്തു വീടിനെ പ്രാചീന ഗുഹയായ് കണക്കാ

ക്കുന്ന കവിയുടെ മനുഷ്യവർഗത്തിന്റെ പ്രാചീന മിത്തുകളുമായുള്ള ജൈവബന്ധം സ്പഷ്ടമാവുന്നു.

വൈലോപ്പിള്ളി എന്തുകൊണ്ടാണ് കുടുംബത്തിൽ നിന്നുമകന്ന് ഒറ്റ പ്പെട്ടു ജീവിച്ചതെന്ന ചോദ്യത്തിനുത്തരം തേടുന്ന മന:ശാസ്ത്രജ്ഞരുണ്ട്. വ്യക്തിപരമായ കാരണങ്ങളിലേക്കാണവർ കുനിഞ്ഞിറങ്ങുന്നത്. എന്നാൽ, മനുഷ്യരാശിയുടെ പ്രാചീനകാലത്തെ സാമൂഹിക ഓർമക ളെയും അബോധാഭിലാഷങ്ങളെയും പിൻപറ്റുന്ന കവിപ്രതിഭയുടെ മാന സികസങ്കീർണത മനസിലാക്കുന്നവർക്ക് ഉത്തരം ലളിതമാണ്. താൻ മനുഷ്യരാശിയുടെ പ്രാചീനഘട്ടത്തിൽ ജീവിച്ച്, പലകാലങ്ങളിലൂടെ നാഗ രികനായിത്തീർന്നവനാണെന്ന ചരിത്രബോധമാണ് കവിയെ പ്രചോദി പ്പിക്കുന്നത്.

"താഴേവേരുകൾ
മീതേ ചേരുകൾ
പാലയിലഞ്ഞി-
കളിവയെപ്പുൽകി-
ച്ചുഴേദ്ദലമെഴു-
മുഞ്ഞാൽ വള്ളികൾ
ചിരി തൂവീടും
വെള്ളിലവള്ളികൾ;
നാണത്തിന്റെ കുടു-
ക്കുകൾ, പങ്ങി-
നടക്കും കൊച്ചുകുള-
ക്കോഴിക, ളൊരു
പാണൽക്കൊമ്പിൻ
നിഴലിൽ ചാര-
ത്തീപ്പൊരിചി-
ന്നും പുള്ളിൻകണ്ണുകൾ
വള്ളിയിലൊന്നു പുള-
ഞ്ഞീ,ലെങ്ങുമി-
ലയ്ക്കൊരു പത്തി-
വിരിഞ്ഞീ, ലിരുളി-
ന്നുള്ളിൻ കരിയിലയൊ-
ന്നു കരഞ്ഞീ ലെവി-
ടെ പ്പോയെൻ നാഗത്താൻമാർ?"

എന്നു വർണിക്കുന്നത് പ്രാചീന പ്രകൃതിയുടെ ആന്തരികതയെ യാണ്. വൈലോപ്പിള്ളി എന്ന കവിയിലെ വ്യക്തി എത്രമാത്രം ഗാഢ മായി പ്രകൃതിയിൽ അഭിരമിച്ചിരുന്നുവെന്ന് നമുക്കു സ്പഷ്ടമായി പറ യാൻ കഴിയില്ല. പ്രകൃതി അദ്ദേഹത്തിന് അഭിരമിക്കാനുള്ള വിനോദകേ ന്ദ്രവും ആയിരുന്നില്ല. എന്നാൽ തുറന്ന പ്രകൃതിയുടെ ത്രസിക്കുന്ന ഹൃദ യത്തെ അദ്ദേഹം ആവിഷ്കരിക്കുകയും ആ പ്രകൃതിക്കുള്ളിൽ മറ്റൊരു മാനവപ്രകൃതിയെ ദർശിക്കുകയും ചെയ്തു.

"മാനിച്ചോരോ മലരുകൾ ചെന്നു
മാബലി ദേവനെയെതിരേൽക്കാൻ
തങ്കച്ചാറിൽ തനുമിന്നും പടി
മുങ്ങിച്ചെന്നു മുക്കുറ്റി
പാടലമാം പട്ടാടയൊടെത്തി
പാടത്തുള്ളൊരു ചിറ്റാട
ആമ്പലിനുണ്ടു കിരീടം, നെല്ലി-
ക്കഴകിലുമുണ്ടൊരു സൗരഭ്യം!"

(തുമ്പപ്പൂ)

നെല്ലിയും തുമ്പയും മുക്കുറ്റിയും വെറും ചെടികളല്ല കവിക്ക്, അവ വെറും ഔഷധസസ്യങ്ങളുമല്ല. മലയാളിയുടെ ബോധത്തെ മണ്ണിലുറ പ്പിച്ചുനിർത്തുന്ന അനുഭവങ്ങളാണ്.

"പശ്ചിമസന്ധ്യയെരിഞ്ഞു-ചെറു-
പിച്ചകപ്പൂവു വിരിഞ്ഞു
മാനത്തുമാടി വിളിക്കും-താര
മാടത്തിലന്തി വിളക്കും.
സംഗീതനാദവും, മഞ്ഞാലോക-
ഭംഗി പുകഴ്ത്തുക വയ്യാ
പാടുവാൻ പൂവുമുതിർന്നു-പാട്ടു
പാവനഗന്ധമായ്ത്തീർന്നു.
ഉച്ഛ്വസിക്കാനും മറന്നു-പൂവു-
നിശ്വസിച്ചങ്ങനെ നിന്നു.
ധന്യമായ് ജീവിച്ചിരിപ്പാൻ-അല്ല
മന്നിനുവേണ്ടി മരിപ്പാൻ
ഇച്ഛയാം ചാരുമരന്ദം-പൂണ്ടു
കൊച്ചുവെളുത്ത ഹൃദന്തം!"

(പിച്ചകപ്പൂ)

കുമാരനാശാന്റെ *വീണപൂവിൽ* നിന്നും വൈലോപ്പിള്ളിയുടെ പിച്ച കപ്പൂവിലേക്കുള്ള ദൂരം, ഉയരുന്ന തൊഴിലാളിവർഗത്തിന്റെ വർഗബോ ധത്തെ അടയാളപ്പെടുത്തുന്നതാണ്. ഒരുനാൾ വീണുപോവുമെന്നു കരുതി പിച്ചകപ്പൂവു വേദനിക്കുന്നില്ല. 'മന്നിനുവേണ്ടി' മരിക്കുന്നതേ ധന്യ തയാണെന്നു കരുതുന്ന വർഗബോധമാണ് പിച്ചകപ്പൂവിനെ സുഗന്ധമു ള്ളതാക്കുന്നത്.

പശ്ചിമസമുദ്രത്തെ കണ്ട് വിസ്മയംകൊള്ളുന്ന കവിക്ക് തന്റെ നാടിന്റെ ജീവിതത്തിൽനിന്നും വേറിട്ട പ്രകൃതിയില്ല. അതുകൊണ്ടായി രിക്കാം പ്രകൃതിസ്നേഹിയായ കവിയെന്ന് വൈലോപ്പിള്ളിയെ ആരും നിർവചിക്കാതിരുന്നത്.

"കാണുന്നു കാണുന്നു ഞാൻ
വീണ്ടുമേ സങ്കൽപ്പത്തിൽ
ഞാനെന്നും കാണാറുള്ളോ-
രാനന്ദ പാരാവാരം."

പശ്ചിമ സമുദ്രമെൻ-
നാടിനെ, പ്പൊൽകുഞ്ഞിനെ,
വത്സലത്വത്താൽ ചേർത്തു
തഴുകും വൻഗാംഭീര്യം.”

(പശ്ചിമസമുദ്രം)

ദേശീയസ്വാതന്ത്ര്യപ്പോരാട്ടങ്ങളും തൊഴിലാളിവർഗപ്രക്ഷോഭങ്ങളും ആർത്തിരമ്പിയ സാംസ്കാരികയുഗത്തിന്റെ തുയിലുണർത്തുകളാണ് വൈലോപ്പിള്ളിയുടെ കവിതകൾ. വസന്തത്തെ തുയിലുണർത്തുന്ന രാക്കുയിലുകളെപ്പോലെ ഒരു നവ്യലോകത്തെ, സ്ഥിതിസമത്വം പൂവി ടുന്ന നീതിയുടെ ലോകത്തെയാണ് വൈലോപ്പിള്ളി സ്വാഗതം ചെയ്യു ന്നത്. മഴപ്പക്ഷികളുടെ രാഗംപോലെ തന്നെ അത് മണ്ണിനെ കുളിർപ്പി ക്കുന്നു. മാമ്പൂക്കളിൽ കുറെ കുട്ടികൾക്ക് നുള്ളാൻ കൂടിയുള്ളതാണെന്നു ബോധ്യമുള്ള കവിഭാവനയാണത്. ഋതുദേവകൾ തങ്ങളുടെ ഊഴമാ യിട്ടും വരാൻ മടിക്കുമ്പോൾ അവരെ വിളിച്ചു വരുത്തുന്ന സ്വർണച കോരങ്ങൾ വൈലോപ്പിള്ളിക്ക് നിലാവു തിന്നുന്ന കാൽപനികബിംബമ ല്ല; വസന്തത്തെ വിളിച്ചുവരുത്തുന്ന പണിയാളരോട് വിത്തും കൈക്കൊ ട്ടുമായി പാടത്തിറങ്ങാൻ ആഹ്വാനം നൽകുന്ന വർഗബോധത്തിന്റെ പ്രതീകമാണ്. പാടത്തുപണിയെടുക്കാൻ മാത്രമല്ല, പണിയാളന്റെ പ്രഭാതം വർഗസമരത്തിന്റെ ഉലയിലൂതി ചുവപ്പിച്ചെടുക്കേണ്ട കർമമാ ണെന്നും ആഹ്വാനം ചെയ്യുന്ന കാലബോധമാണത്. അങ്ങനെയാണ് യുഗ സംക്രമണപ്പക്ഷി കവിതയിലെ സാംസ്കാരികബോധമായി പരിണമി ക്കുന്നത്.

കണ്ണുനീരിൽ ഒറ്റവറ്റുപോലും ഇല്ലാത്തതിനാൽ പട്ടിണിപ്പരിഷകളായ തൊഴിലാളികൾ ആസാമിലെ തോട്ടത്തിൽ പണിക്കുപോവുന്നു. തിരി ച്ചുവരുന്ന അവർ നാടിനെ കാണുന്നതിങ്ങനെയാണ്;

“ജനിച്ച നാടുവിട്ട, കലെയാസ്സാമിൽ
പണിക്കു പോയ് വരും പരിഷകൾ ഞങ്ങൾ
കുതിച്ചു തീവണ്ടി കിതച്ചു പായുന്നു,
കുതികാൽ ചിന്തകൾ കുതിക്കുന്നു മുമ്പേ,
പലനാളായ് പിരിഞ്ഞിരുന്ന ഞങ്ങൾക്കീ
മലനാടെത്രമേൽ മധുരദർശനം!
തുരുതുരെക്കൊക്കു പറക്കും പാടങ്ങൾ
തുടരണിമണികിലുങ്ങും മേടുകൾ,
മുടിവിടുർത്താടും കവുങ്ങുതെങ്ങുകൾ-
ക്കിടയ്ക്കു പുഞ്ചിരിപൊഴിക്കും വീടുകൾ,
കരയ്ക്കു മാമ്പൂവാം നിരത്തുകൾ, നാട്ടിൻ-
പുറത്തെ സ്വപ്നം കണ്ടെഴും നഗരികൾ”

(ആസാം പണിക്കാർ)

അധ്വാനിക്കുന്ന വർഗത്തിനു മാത്രമേ പ്രകൃതിയുടെ ചൂടും ചൂരു മെന്തെന്ന് അറിയാൻ കഴിയൂ. മധ്യവർഗത്തിന്റെ അലസ ഞായറാഴ്ചക

ലിൽ 'കാഴ്ചകാണാ'നുള്ള പൂരപ്പറമ്പല്ല പ്രകൃതിയെന്ന ഉള്ളറിവാണ്
ഇവിടെ വിരിഞ്ഞുയരുന്നത്.

"ഒരൊറ്റത്തെങ്ങു കണ്ടിടത്തിലൊക്കെയും
സ്മരിച്ചു ഞങ്ങളീപ്പിറന്ന നാടിനെ"

എന്ന് അനുഭവം അയവിറക്കുന്ന പണിയാളർ പഴയ കാല്പനിക
ഗൃഹാതുരതയെ മറികടക്കുന്നു.

സൂര്യനെ കാമിച്ച ചകോരം

പഴയലോകത്തിന്റെ കുളിർനിലാവിനേക്കാൾ പുതിയലോകത്തിന്റെ
സൂര്യവെട്ടമാണ് തന്റെ പോറ്റുനാടിനെ ഉണർത്തുന്നതെന്ന ബോധ്യമാണ്
വൈലോപ്പിള്ളിയെന്ന ചകോരത്തെ സൂര്യനിലേക്ക് അടുപ്പിക്കുന്നത്.
സൂര്യനെ മാത്രമല്ല മഴയെയും മേഘങ്ങളെയും ഈ കാവ്യചകോരം കാമി
ക്കുകയായിരുന്നു.

"മിഴിക്കു നീലാഞ്ജന പുഞ്ജമായും
ചെവിക്കു സംഗീതകസാരമായും
മെയ്യിന്നു കർപ്പൂരപുരമായും
പുലർന്നുവല്ലോ പുതുവർഷകാലം.
കവിക്കു, കാമിക്കു, കൃഷീവലന്നു
കരൾക്കൊരാഹ്ലാദരസം വളർത്തി
ആവിർഭവിപ്പൂ നവനീലമേഘം.
അഹോ കറുപ്പിൻ കമനീയഭാവം!"

(വർഷാഗമം)

വെയിലുകൊണ്ടു ചുവന്ന മുളകുപാകത്തിലായ മണ്ണിലേക്കിറങ്ങി
വരുന്ന പുതുമഴയെ കവി എങ്ങനെ ആലിംഗനം ചെയ്യുന്നുവെന്നു
നോക്കാം:

"ചിന്നിത്തെറിക്കും നറുമുത്തുപോലെ,
നീളുന്ന വെള്ളിത്തെളിനൂലുപോലെ,
ആഹാ! പതിപ്പൂ പുതുവർഷോദയം!
വീഴും മഴത്തുള്ളികളുമ്മവെച്ചു
വരണ്ട മണ്ണിൻ മണമുദ്വമിക്കേ,
പച്ചപ്പൊടിപ്പുല്ലുകിനാവു കണ്ടു
പശുക്ക'ളമ്പാ' രവമേറ്റിടുന്നു."

കാളിദാസന്റെ കാലത്തെ മേഘമല്ല, വൈലോപ്പിള്ളിയുടെ
കണ്ണീർപ്പാടത്ത് മുലചുരത്തുന്നത്. കാമിനിയിൽ നിന്നകന്ന യക്ഷന് മേഘ
ങ്ങളുടെ വരവിൽ മഴയെയോർത്ത് ആഹ്ലാദം വന്നില്ല. പ്രണയത്തിന്റെ
ചുടിലുരുകുന്ന യക്ഷന്റെ മേഘമല്ല അയ്യപ്പപ്പണിക്കരുടെ വെളുത്ത
മേഘം. ഭൂമിയുടെ മാറിൽ ഒരു നന്മുത്തുപോലും എറിയാത്ത വന്ധ്യ
മായ വെളുത്തമേഘങ്ങളെ ഇഷ്ടപ്പെടാനാണ് കൊളോണിയൽ
സംസ്കാരം നമ്മെ പഠിപ്പിച്ചത്. ജി ശങ്കരക്കുറുപ്പിന്റെ കവിതയിൽ വെളു
ത്തമേഘങ്ങൾ പ്രത്യക്ഷപ്പെടുന്നത് മാലാഖമാരുടെ ബിംബങ്ങളായി
ട്ടാണ്.

"ആരാലിറങ്ങിവരും ചില മാലാഖമാരായ് വരാം"

(ഇന്നു ഞാൻ നാളെ നീ)

എന്നു പറയുന്നതും വെള്ളക്കാരന്റെ സാംസ്കാരിക കൽപ്പനയുടെ അല്ലെങ്കിൽ സുവർണമുദ്രയുടെ ആവിഷ്കാരമായിട്ടാണ്. ഇതിൽനിന്നും അകന്നുമാറി, 'കറുത്ത ചെട്ടിച്ചി' കളായ പണിയാളപ്പെണ്ണുങ്ങളായി, ഇട ശ്ശേരി, മേഘങ്ങളെ ആവിഷ്കരിക്കുന്നുണ്ട്. (കറുത്ത ചെട്ടിച്ചികൾ) വൈലോപ്പിള്ളി മേഘങ്ങളെ ആവിഷ്കരിക്കുന്നതും ഈ കീഴാളസങ്കൽപ്പ ത്തിന്റെ തലത്തിൽനിന്നുകൊണ്ടാണ്:

"മുറ്റത്തു വൈയ്ക്കോൽത്തുറു സജ്ജമാക്കി,
യറയ്ക്കകം നെല്ലുനിറച്ചൊരുക്കി,
മേഘപ്പുലക്കള്ളികൾ വിത്തുവീശും
മേളത്തെ നോക്കുന്നു കൃഷീവലന്മാർ,"

(വർഷാഗമം)

എന്നു പറയുന്നിടത്ത് 'മേഘപ്പുലക്കള്ളികൾ' എന്ന വിശേഷണം സവർണർ പണിയാളപ്പെണ്ണുങ്ങൾക്കു ചാർത്തിക്കൊടുത്ത മുദ്രയാണ്. എന്നാൽ ആ ചാർത്ത് മേഘങ്ങൾക്കു നൽകുക വഴി പ്രകൃതിയെപ്പോലും, വർഗവൈരുധ്യങ്ങളുടെ സംവാദപരിസരത്തേക്ക് വൈലോപ്പിള്ളി ഉയർത്തുന്നു.

പ്രകൃതിയുടെ ചൈതന്യവാഹിനികളായ മേഘങ്ങളും പുഴകളും സമുദ്രങ്ങളും പൂക്കളും എല്ലാം ഇങ്ങനെ മാനവസംസ്കാരത്തിന്റെ ഉറ വകളായി ദർശിക്കുന്ന കവികൾ നമുക്ക് അധികമല്ല.

"സംഗതിയാകാ, തിവിടെവനങ്ങളിൽ
വൻകടലിൻ തടഭൂമികളിൽ പാ–
ടങ്ങളിലും തൊഴിൽ വാടങ്ങളിലും
സംഖ്യയെഴാതെ കിടപ്പു സമൂഹ–
ത്തിങ്കലെയവശ, രടിക്കാടന്മാർ"

എന്ന നിരീക്ഷണം,

(കൊന്നപ്പൂക്കൾ)

തിരസ്കൃതരായ ജനതയോട്, അതായത് 'പുറാളി' കളോടുള്ള അഗാ ധമായ പ്രതിബദ്ധതയുടേതാണ്. കണിക്കൊന്നയുടെ സമൃദ്ധി വിളംബരം ചെയ്യുന്ന സ്വർണവർണമോ അതിനെ ദേവിയുടെ മതപരമായ മിത്തി ലേക്കുയർത്തുന്ന കൽപ്പനാ വൈഭവമോ അല്ല കണിക്കൊന്ന കവിയി ലുണർത്തുന്നത്. സമൂഹത്തിലെ അസമത്വങ്ങളുടെ അമ്പരപ്പിക്കുന്ന ദുരി തക്കാഴ്ചകളിലിറങ്ങി, പുതിയൊരവബോധമുണർത്തുകയാണ് കൊന്ന പ്പൂക്കൾ. വസന്തവായുവിലും വസൂരിയെക്കുറിച്ചും പുള്ളിമാൻ പേടയ്ക്കു പിറകെ പുള്ളിപ്പുലിയെക്കുറിച്ചും താക്കീത് നൽകുന്ന സാമൂഹിക ജാഗ്ര തയാണ് വൈലോപ്പിള്ളിയുടെ കവിതകൾക്ക് എല്ലുറപ്പ് നൽകുന്നത്.

പ്രകൃതിനിരീക്ഷണം കവിക് സാമൂഹിക വൈരുധ്യത്തിലേക്കിറ ങ്ങാനുള്ള വെളിച്ചമാണ്. പനിനീർപ്പൂവിനെ കാണുമ്പോൾ ഈ സാമൂ ഹികാവബോധം നിറഞ്ഞവെളിച്ചമായ് പ്രസരിക്കുന്നു.

"പനിനീർപ്പൂവേ, നിന്നെ
കാക്കുവാൻ തണ്ടിൻചുറ്റും
മുന നിർത്തിന മുള്ളിൻ നഖങ്ങൾ കാണും നേരം.
ഞാനറിയുന്നു, ശ്രേഷ്ഠ
പേശല സംസ്കാരത്തെ
ത്രാണനം ചെയ്യാൻവേണ്ടും
ക്ഷാത്രവീര്യത്തിൻ ഞായം.
വന്യശക്തികൾ വന്നു
മേൽക്കുമേൽ മെതിച്ചിട്ടു
പുണ്യഭൂമിയാം നാടിൻ
ദീനദർശനരൂപം
കന്യമാരുടെ ധൂത
ചാരിത്ര്യം ധനധാന്യ
ധന്യമാം ദഗ്ധഗ്രാമം
തകർത്തമഹാക്ഷേത്രം."

(പൂവും മുള്ളും)

ഒരു നാടിന്റെ സംസ്കാരത്തെക്കുറിച്ച് പാരമ്പര്യം വായിട്ടലയ്ക്കു
മ്പോൾ കവി അതിനെ വിവേകബുദ്ധിയോടെ തിരസ്കരിക്കുന്നു.

"പഞ്ഞമില്ലാതെ ഗീതാ-
ശ്ലോകമുദ്ധരിച്ചാലും
പഞ്ചതന്ത്രമേ ഞങ്ങൾ-
ക്കനുശീലനപാഠം"

(പൂവും മുള്ളും)

ചെന്തീപ്പൊരിയും വെണ്ണിലാവും

പൂക്കളെയും ചെടികളെയും മാത്രമല്ല, മൃഗങ്ങളെയും തന്റെ പൂങ്കാ
വനത്തിലേക്ക് കവി ആനയിക്കുന്നുണ്ട്. മൃഗശാലയിലെ തള്ളപ്പുലിയുടെ
കണ്ണിൽ ചെന്തീപ്പൊരിചിതറുമ്പോഴും ഊറിവരുമായിരുന്ന വെണ്ണിലാവ്
കവിക്ക് കാണാനാവുന്നില്ല. നാഗരികതയുടെ തടവിലാക്കപ്പെട്ട മൃഗം കാട്ടി
ലേക്കോടിപ്പോകുന്ന സ്വപ്നമാണ് കവിക്കാശ്വാസമേവുന്നത്.

"ഇമ്മട്ടിലിളം നാളി-
ലെനിക്കു മുലതന്ന-
മ്മക്കാടരികത്തെങ്ങാനിരുന്നെങ്കിൽ!"

(മൃഗശാലയിൽ)

സാമ്പ്രദായികമായ സൗന്ദര്യസങ്കൽപ്പങ്ങളിൽ നിന്നും അകന്നുമാ
റിനടന്ന കവിയായിരുന്നു വൈലോപ്പിള്ളി. തന്റെ കാലഘട്ടത്തിലെ ഇതര
കവികളുടെ സൗന്ദര്യപ്രേരണകളായിരുന്നില്ല അദ്ദേഹത്തെ മഥിച്ചിരുന്നത്.
രാക്കുയിലുകളും ഹംസങ്ങളും മയിലുകളും സ്വച്ഛന്ദം വിരാജിച്ചിരുന്ന
കവിതയുടെ പുഷ്പകോദ്യാനത്തിലേക്ക് കറുമ്പിയായ കാക്കയ്ക്ക്
സിംഹാസനം നൽകാൻ അദ്ദേഹത്തിനു കഴിഞ്ഞു. കറുത്തകാക്കകളെ
മാത്രമല്ല വെളുത്ത കടൽക്കാക്കകളെയും കവി സഖിമാരായ് കണ്ടു.

പണിചെയ്യുന്ന പുലക്കള്ളികളാണ് കവിക്ക് കാക്കകൾ. പരിഷ്കൃതിയുടെ മാലിന്യങ്ങൾ തൂത്തുവാരുന്ന കറുത്തചെട്ടിച്ചികളാണവർ. മാത്രമല്ല, കാക്കകൾക്ക് മറ്റുപക്ഷികൾക്കില്ലാത്ത സംഘബോധമുണ്ടെന്ന് കവി തിരിച്ചറിയുന്നു. അതുകൊണ്ടാണവർ മറ്റുപക്ഷികളിൽനിന്ന് വ്യത്യസ്ത രാവുന്നത്. ഭൂമിയിലെ ആദ്യത്തെ പാരിസ്ഥിതിക പ്രവർത്തകരാണ് കാക്കകൾ. ഒരിക്കലും മനുഷ്യനെ സേവിക്കാനല്ലാതെ, മനുഷ്യരെയും ലോകത്തെയും വിളിച്ചുണർത്താനും സ്നേഹിക്കാനുമല്ലാതെ നോവിക്കാ നറിയാത്ത ദളിതവർഗത്തിന്റെ പ്രതിനിധാനമാണവർ. കറുപ്പിന്റെ സൗന്ദ രൃശാസ്ത്രം സമൂഹത്തെ പഠിപ്പിച്ച ഈ പ്രാചീന സുന്ദരക്കിടാത്തികൾ വൈലോപ്പിള്ളിയുടെ സഖിമാരാണ്.

അതുപോലെ വിളവെടുപ്പിന്റെയും സമൃദ്ധിയുടെയും കാലത്തിന്റെ ബിംബങ്ങളായ മാടത്തകളും വൈലോപ്പിള്ളിയെ മഥിച്ചിരുന്നു. കുട്ടിക്കാ ലത്ത് വൃക്ഷശാഖികളിലെ കുഞ്ഞുമാടത്തകളെയും മുട്ടകളെയും വേദ നിപ്പിച്ചിരുന്ന കവിയുടെ വികൃതികൾ പ്രസിദ്ധമാണ്. ദ്വേഷം ചുരമാന്തി ത്തിമിർക്കുന്ന ആ വികൃതിത്തരത്തിന്റെ ഉള്ളത്തിൽ കിനിയുന്ന മധു വാണ് കവിയുടെ സ്നേഹവും. കുട്ടിക്കാലത്തെ ആ വികൃതിത്തരങ്ങ ളാണ്, ആ പരപീഡാരതിയാണ്, പടർന്നു പന്തലിച്ച പ്രകൃതിസ്നേഹ മായി പരിണമിച്ചത്.

വിശാലമായ പ്രപഞ്ചവീക്ഷണമായിരുന്നു വൈലോപ്പിള്ളിയുടേത്. പ്രകൃതിയുടെ ആഴമാർന്ന നിശ്ശബ്ദതയും സാന്ദ്രതാളവും കവിയെ ലഹ രിപിടിപ്പിച്ചു.

"പച്ചയും തൂനീലയും
സ്വർഗവും സ്വന്തം മണ്ണും
സ്വച്ഛമായ് ചേരും പ്രകൃ–
ത്യംബതൻമുഖം നോക്കി"

(കേരളകവി)

സ്വന്തം അസ്തിത്വം തിരിച്ചറിഞ്ഞ കവി തന്റെ വിശാലമായ പ്രപ ഞ്ചദർശനം പ്രഖ്യാപിക്കുന്നു;

"അണ്ഡകോടിയെഛ്ജീവ–
ത്താക്കിടും സ്നേഹച്ചൂടി–
ന്നംശമാണെൻ നെഞ്ചിലു–
മെന്നു ഞാനറിയവേ"

(കേരളകവി)

താനൊരു ഗന്ധർവകവിയല്ലെന്നും ജീവിതത്തിന്റെ സമരരംഗമായ ചാളകളിലെയും ചേരികളിലെയും ചേറും ചുടുംചുരുമുള്ള കവിതയാണ് തന്റേതെന്നും കവി ആവർത്തിച്ചു പറയുന്നുണ്ട്. ചാളകളിൽ പൂക്കുന്ന ജീവിതത്തിന്റെ കയ്പുകലർന്ന ലഹരിയാണ് വൈലോപ്പിള്ളിക്കവിത കൾക്ക്. അവ ഭൂമിയിലെ നിന്ദിതരുടെയും പീഡിതരുടെയും ദു:ഖങ്ങൾ വാറ്റിയെടുത്ത വീഞ്ഞാവുന്നത് അങ്ങനെയാണ്.

"മകരപ്പനിനീർപ്പൂവിൻ
മാദകസൗരഭ്യവും
അകിൽ ചന്ദനങ്ങൾതൻ

തപ്തനിശ്വാസങ്ങളും
ആസ്വദിച്ചെൻ കൂട്ടുകാർ
പകർത്തീഗാനങ്ങളിൽ:
ആ സ്വരമില്ലെൻ പാട്ടിൽ:
നൈതലാമ്പലിൻപൂവും
കൊയ്തു തണ്ടുണങ്ങാത്ത
കറ്റയും കൗമാരത്തിൽ
കൗതുകം പുലർമഞ്ഞിൽ
കത്തിക്കുമിലകളും"

എന്ന് പാടുമ്പോൾ പുതിയൊരു സൗന്ദര്യശാസ്ത്രത്തെക്കുറിച്ചുള്ള സൂചനകളാണ് നമുക്കു ലഭിക്കുന്നത്. പ്രശാന്തതയിൽനിന്ന് അനുസ്മ രിക്കപ്പെടുന്ന കാട്ടുമുളന്തണ്ടിൻ രാഗമായിരുന്നില്ല വൈലോപ്പിള്ളിക്കവിത.

മാനവജീവിതത്തിന്റെ ഉലയിൽ പഴുപ്പിച്ചെടുത്ത ദർശനമായിരുന്നു അത്. ഉലയിൽ പഴുപ്പിച്ച ഇരുമ്പിൽ ആഞ്ഞടിക്കുംപോലെ, തന്റെ മന സിലെ ജഡമായ വർഗാലസ്യങ്ങളിൽ അദ്ദേഹം പ്രഹരമേൽപ്പിച്ചു. കവിത തനിക്ക് മദ്യംപോലെ വാറ്റിയെടുത്ത അനുഭവമാണെന്ന് കവി പറയുന്നു.

"അമൃതിൻ മണമെന്റെ
ജീവനിൽ തളിച്ചിട്ടു-
ണ്ടതിലല്പ്പമെൻപാട്ടിൽ
വാറ്റുവാൻ കഴിഞ്ഞെങ്കിൽ"

(ഗന്ധങ്ങൾ)

തനിക്ക് അമൃതംപോലെ പതഞ്ഞുപൊന്തുന്ന ജീവതാനുഭവങ്ങളെ വാറ്റാൻ കഴിഞ്ഞുവെന്ന് കവി സമ്മതിക്കുന്നില്ലെങ്കിലും ജീവിതം വാറ്റിയ അനുഭവങ്ങളുടെ ലഹരിയാണ് നമുക്കു പകർന്നു കിട്ടുന്നത്.

കരളിന്റെ കുങ്കുമ ശാഖിയിൽ കയറിനിന്ന കൂട്ടുകാരി

ഇരുപതാം നൂറ്റാണ്ടിലെ മലയാള സാഹിത്യത്തിലെ ഏറ്റവും മികച്ച അപൂർവം കവിതകളിലൊന്നാണ് *കുടിയൊഴിക്കൽ*. കന്നിക്കൊയ്ത്തും *മകരക്കൊയ്ത്തും കണ്ണീർപ്പാടവും ശ്രീരേഖയുമെല്ലാം* മഹത്തായ കവി തകൾ തന്നെ. വൈലോപ്പിള്ളിയുടെ കവിതകൾ നമുക്കു പകർന്നുനൽകു ന്നത് കേവലം മകരമഞ്ഞിന്റെയും വൃശ്ചികക്കാറ്റിന്റെയും ഹർഷവിസ്മ യമല്ല. കേവലമായ ഒരു ലോകാവബോധവുമല്ല അത്. മനുഷ്യജീവി തത്തെ അപമാനവീകരിക്കുന്ന ചൂഷകവർഗത്തിന്റെ ജീവിതസങ്കൽപ്പ നങ്ങളെ പിളർക്കുകയും പുതിയ മർദിതവർഗനീതിയുടെ ദർശനവും സൗന്ദര്യശാസ്ത്രവും കാവ്യകലയിലൂടെ കെട്ടിയുയർത്തുകയുമാണ് വൈലോപ്പിള്ളി ചെയ്തത്.

"പുഞ്ചിരി ഹാ കുലീനമാം കള്ളം;
നെഞ്ചുകീറി ഞാൻ നേരിനെക്കാട്ടാം"

(കുടിയൊഴിക്കൽ)

എന്ന വാക്കുകളിലൂടെ മധ്യവർഗത്തിന്റെ ആത്മസംഘർഷങ്ങളെ പ്രശ്നവൽക്കരിക്കാൻ കഴിഞ്ഞതാണ് *കുടിയൊഴിക്കലിന്റെ* മഹത്വം.

എന്നാൽ ഈ കൃതി ഒറ്റജാലകം മാത്രമുള്ള ഒരു സൗധമല്ല. പ്രകൃതി യെയും മനുഷ്യജീവിതത്തെയും സമഗ്രമായ ഒരു മാനവദർശനത്തിലേക്ക് ഉയർത്തുന്ന സൗന്ദര്യശാസ്ത്രത്തിന്റെ ഉൽഘാടനം കുറിക്കുന്ന കവി തയാണിത്. ധനികവർഗം സുഖാലസ്യത്തിൽ നീന്തിത്തുടിക്കുമ്പോൾ നിസ്വവർഗം ഭൂമിയിൽ പടുത്തുയർത്തുന്ന ജീവിതത്തിന്റെ ജാലകളാണ് *കുടിയൊഴിക്കലിൽ* പൊള്ളുന്ന സൗന്ദര്യം സൃഷ്ടിക്കുന്നത്.

    "പൂനിലാപ്പുഴ നീന്തിയാകാശ-
    സാനുവിൽ കുതിത്തീപ്പൊരി ചിന്തി,
    ഊരിവീണൊരു ലാടത്തിനൊപ്പം
    ദുരെയമ്പിളിത്തെല്ലിനെത്തള്ളി,
    ദേവകിന്നരയക്ഷ സംഗീത-
    ക്കായുപോലും കടന്നവസാനം
    വിദ്യുദൈന്ദ്രധനുസ്സുകൾ ചുഴും-
    സത്യസൗന്ദര്യഗോപുരം പൂകെ"

കവി സമ്പന്നതയുടെ ലഹരിയിലെത്തുന്നു. ഈ വർഗസുഖലാവ ണ്യത്തിന്റെ ദന്തഗോപുരത്തിൽനിന്നുമാണ് കള്ളുനാറും തെറിയുടെ പൂരം കേട്ട് കവി ഉണരുന്നത്.

അധ്വാനിക്കുന്ന വർഗത്തിന്റെ പ്രതിഷേധങ്ങളും കോപങ്ങളും അലി യിച്ചു ചേർത്ത അന്തിക്കള്ളിന്റെ തെറിപ്പൂരത്തിൽ കവിയുടെ ആലസ്യ ത്തിന്റെ ഉടയാടകൾ ഉരിഞ്ഞുപോകുന്നു. കുട്ടികൾ മാമ്പൂകൊഴിച്ചാൽ മാമ്പഴമുണ്ടാവില്ല എന്ന സ്വകാര്യസ്വത്തുടമാലോകത്തിന്റെ ഭീതിയുടെ മറ്റൊരു രൂപമാണ് തൊഴിലാളി, താൻ വേട്ട പെണ്ണിനെ തല്ലുന്നതിനെക്കുറി ച്ചുള്ള കവിയുടെ ആശങ്കയും.

മണ്ണിന്റെ പശിമയെ നാം ചേറെന്നു വിളിക്കുന്നതിനെയാണ് വൈലോപ്പിള്ളി തേനെന്ന് വിളിക്കുന്നത്. മണ്ണിന്റെ തേനൂറും ചേറും; പുന്ന പൈനുകൾ പൂവിടും ഇടവഴിയും കവിയുടെ പ്രണയത്തിന്റെ വസന്ത കാലമാണ്. അന്നാണ്, 'കുങ്കുമപ്പൂവിറുക്കാൻ താൻതാനെൻ കരളിൽ കയറിനിന്നോളെ' കാണുന്നത്. നോക്കൂ, മലയാള കവിതാസാഹിത്യച രിത്രം മുഴുവനെടുത്തു പരിശോധിച്ചാലും ഇത്ര നവ്യമായ ഇത്ര അത്ഭു തകരമായ ഒരു പ്രണയഭാവനയുടെ ബിംബകൽപ്പന കാണാൻ കഴിയില്ല. കുങ്കുമപ്പൂവിറുക്കാൻ തന്റെ ചുമലിലല്ല, അവൾ–തന്റെ കളിക്കൂട്ടുകാരി– കയറിനിന്നതെന്നും, അത് തന്റെ കരളിലായിരുന്നുവെന്നും പറയുമ്പോൾ പ്രകൃതിയും മനസും തമ്മിൽ ഒന്നായി മാറുന്നു. അവിടെ ഭേദചിന്തയി ല്ല. കുങ്കുമമെന്ന് കവി വിളിക്കുന്ന അന്യാദൃശമായ ഒരു ഹൃദയവികാര ത്തിന്റെ പേരാണ്. അത് വസന്തമാവാം, അനുരാഗമാവാം, നിർവചിക്കാ നാവാത്ത മറ്റെന്തോ ആവാം. ഇതെല്ലാം കൂടിച്ചേർന്നതാവാം. എന്തുത ന്നെയായിരുന്നാലും പ്രകൃതിയുടെ അനന്തവശ്യമായ അത്ഭുതലോ കത്തെ അപൂർവസുന്ദരമായി തന്റെ കവിതയിൽ ആവിഷ്കരിക്കാൻ കഴിഞ്ഞ മലയാള കവികളിൽ അദ്വിതീയനാണ് വൈലോപ്പിള്ളി. പ്രകൃ തിയെ മാനവപ്രകൃതിയുടെ അനന്തലോകത്തേക്ക് ആനയിച്ച് പുതിയ സൗന്ദര്യത്തിന്റെയും ദർശനത്തിന്റെയും ഒരു മഹാപ്രവാഹം തന്നെ അദ്ദേഹം തീർത്തു.

5

എത്ര മനോഹരം നിൻ ഗാനാലാപന ശൈലി
രബീന്ദ്രനാഥ ടാഗോർ

മദ്യം വിഷമാണെങ്കിലും അത് കഴിച്ച് ആളുകൾ മരിക്കാ ത്തത് കരൾ പ്രവർത്തിക്കുന്ന തുകൊണ്ടാണെന്ന് ഇന്നെല്ലാ വർക്കുമറിയാം. ആൽക്കഹോൾ എന്ന അപകടകാരിയെ വിഘ ടിപ്പിച്ച് കരൾ ശരീരത്തെ കാ ക്കുന്നതുപോലെ, മനുഷ്യനെ മയക്കുന്ന, മനുഷ്യന് ലഹരിത രുന്ന മതാന്ധതയെ വിഘടിപ്പി ച്ച്, ഇന്ത്യൻസംസ്കാരത്തെ പരിരക്ഷിച്ച ഒരു കവിയായി രുന്നു രബീന്ദ്രനാഥ ടാഗോർ. മതത്തിൽനിന്നും ആത്മീയ തയെ പരിരക്ഷിച്ച് ടാഗോർ സംസ്കാരത്തിന്റെ കാവലാ ളായി നിന്നു. ദേശീയ പ്രസ്ഥാ നത്തിന്റെയും നവോത്ഥാനപ്ര സ്ഥാനത്തിന്റെയും വസന്തകാ ലത്താണ് ടാഗോർ ജനിക്കുന്ന ത്. വംഗനാട് സൃഷ്ടിച്ച മഹാ

രബീന്ദ്രനാഥ ടാഗോർ

പ്രതിഭകളിൽ ഒന്നാമത്തെ ആൾ ടാഗോർ ആണെന്നുള്ളതിന് സംശയ മില്ല. പാശ്ചാത്യസംസ്കാരത്തിന്റെയും പൗരസ്ത്യസംസ്കൃതിയുടെയും സർഗപ്രവാഹങ്ങളെ ഇന്ത്യയുടെ ദേശീയതയിലേക്ക് ബലരാമൻ കാളിന്ദീ

നദിയെയെന്നപോലെ ഒഴുക്കിയ കവിയായിരുന്നു ടാഗോർ. കവിയെന്ന നിലയിൽ ഏറെ പ്രശസ്തനായ രബീന്ദ്രൻ ബഹുസ്വരപ്രതിഭയുടെ നിറ വാർന്ന പ്രതിനിധാനമായിരുന്നു. നോബൽസമ്മാന ജേതാവായ ഈ അധുനാതന കവിപ്രതിഭയുടെ മാന്ത്രികവിരലുകൾ സ്പർശിക്കാത്ത സാംസ്കാരിക രംഗമില്ല. എന്നാൽ ഇതിലെല്ലാമുപരി പ്രകൃതിയുടെ അഭൗമവും അവാച്യവുമായ സ്വരസൗന്ദര്യങ്ങളെ ആരാധിച്ച മഹാനായ പ്രകൃതിസ്നേഹിയായിരുന്നു ടാഗോർ. കവി, ചിത്രകാരൻ, സംഗീത ജ്ഞൻ, നടൻ, നാടകകൃത്ത് വിദ്യാഭ്യാസവിചക്ഷണൻ, കഥാകൃത്ത്, നോവലിസ്റ്റ്, നിരൂപകൻ, ദേശീയനവോത്ഥാന നായകൻ എന്നീ രംഗ ങ്ങളിലെല്ലാം തന്റെ വ്യക്തിമുദ്ര പതിപ്പിച്ച ടാഗോർ പ്രതിഭയെക്കുറിച്ച് വിശദമായി പ്രതിപാദിക്കുകയല്ല ഇവിടെ ചെയ്യുന്നത്. ഒരു നൂറു രാക്കു യിലുകൾ ഒന്നിച്ചു കൂടുകൂട്ടിയ മാമരച്ചില്ലകൾപോലെയായിരുന്നു ടാഗോ റിന്റെ കാലഘട്ടത്തിലെ ഇന്ത്യ. സഹസ്രാബ്ദങ്ങളുടെ അടിമത്ത ത്തിൽനിന്ന് വിമോചനത്തിന്റെ പുതിയൊരു സമരകാഹളമുയർന്നപ്പോൾ ടാഗോർ അതിന്റെ മുൻനിരയിൽത്തന്നെ നിന്നു ടാഗോർ മാത്രമല്ല അനേകം മഹൽപ്രതിഭകൾ തങ്ങളുടേതായ ചരിത്രദൗത്യം നിറവേറ്റാൻ വേണ്ടി അണിനിരന്ന അപൂർവവേദിയായിരുന്നു, ടാഗോറിന്റെ കാലഘട്ടം. മഹാ ത്മാഗാന്ധി, ശ്രീനാരായണഗുരു, അംബേദ്കർ, വിവേകാനന്ദൻ, ജ്യോതി ബാഫുലെ, അയ്യങ്കാളി, ഇ വി രാമസ്വാമി, രാജാ റാംമോഹൻ റായ്, ബാലഗംഗാധരതിലകൻ, വിപിൻ ചന്ദ്രപാൽ, ലാലാ ലജ്പത്റായ്, ഭഗത്സി ങ്, നേതാജി സുഭാഷ് ചന്ദ്രബോസ്, സുഖ്ദേവ്, രാജഗുരു, ജവഹർലാൽ നെഹ്റു, സരോജിനിനായിഡു, കേശവചന്ദ്രസെൻ, ബങ്കിംചന്ദ്രചാറ്റർജി, വിഭൂതിഭൂഷൻ ബന്ദോപാധ്യായ, നസ്രുൽഇസ്ലാം, മുഹമ്മദ് ഇക്ബാൽ തുടങ്ങിയ സംസ്കാരത്തിന്റെ വിഭിന്നമണ്ഡലങ്ങളിൽ വിരാജിച്ചവരുടെ അപൂർവസംഗമഭൂമിയായിരുന്നു ടാഗോറിന്റെ കാലത്തെ ഇന്ത്യ. അനേകം അനശ്വര സാഹിത്യസൃഷ്ടികളിലൂടെ ലോകാരാധ്യനായിത്തീർന്ന ടാഗോ റിന്റെ വ്യക്തിത്വത്തെയും പ്രതിഭയെയും രൂപപ്പെടുത്തുന്ന ചൈതന്യ സ്രോതസായിരുന്നു പ്രകൃതി. കൊച്ചുകവിതയാവട്ടെ, കഥയാവട്ടെ, ചിത്ര മാവട്ടെ, പ്രകൃതിയുടെ അഗാധ വശ്യത ഓളംവെട്ടാത്ത ഒരു സൃഷ്ടി ടാഗോറിന്റേതായിട്ടില്ല. ഇന്നും വായനക്കാരുടെ ഹൃദയത്തിന്റെ വിദ്യുത് സ്പർശം സൃഷ്ടിക്കുന്നവയാണ് ടാഗോറിന്റെ രചനകൾ.

പ്രകൃതിയുടെ മാദകസൗന്ദര്യമല്ല ടാഗോറിനെ മഥിച്ചത്. വിലോഭ നീയമായ സൗന്ദര്യത്തിനുമപ്പുറം പ്രകൃതിനൽകുന്ന ആന്തരികാനുഭൂ തിയായിരുന്നു ടാഗോറിന്റെ പ്രചോദനം. പ്രകൃതിയോട് ആരാധന നില നിർത്തുമ്പോൾപോലും വികാരഭരിതമായ പ്രണയംകലർന്ന അർഥനാ ഗീത (hymns)ങ്ങളായിരുന്നു ടാഗോറിന്റെ കവിതകൾ. കഥകളാവട്ടെ, പ്രകൃതിയുടെ ആന്തരികരാഗം തീർത്ത മനോമോഹനമായ ഭാവകാവ്യ ങ്ങളും. വിശ്വപ്രണയത്തിന്റെ നാദമുയരുന്ന ആ രചനകളിലെ ഭാവദീപ്തി അനുവാചകരെ അവാച്യമായ ലോകത്തേക്ക് ആനയിക്കുന്നു. ലോക പ്രസിദ്ധ ഐറിഷ് കവി, ഡബ്ല്യു ബി യീറ്റ്സി (W B Yeats) നെപ്പോ ലുള്ളവർ പോലും ടാഗോറിന്റെ ഭാവഗീതങ്ങൾ സൃഷ്ടിച്ച കാന്തരംഗ ത്തിൽ ആകൃഷ്ടരായിരുന്നു.

ഐൻസ്റ്റീനും ടാഗോറും

പ്രകൃതിയുടെ ആരാധകനായ കവി, അനുരാഗവിവശയായ പ്രണ
യിനിയെപ്പോലെ സ്വയം സങ്കൽപ്പിച്ച് പ്രപഞ്ചത്തെ ആരാധിക്കുകയായി
രുന്നു. ഇന്ത്യൻ സംസ്കാരത്തിലെ ആത്മീയ പാരമ്പര്യത്തിൽ ആകർഷി
ക്കപ്പെട്ടപ്പോഴും ആ പാരമ്പര്യത്തിന്റെ ജഡമായ ആചാരങ്ങളെയും പ്രമാ
ണങ്ങളെയും ടാഗോർ അനുകൂലിച്ചില്ല. ഇന്ത്യൻ ആത്മീയപാരമ്പര്യ
ത്തോടൊട്ടിനിൽക്കുമ്പോൾപോലും പുതിയകാലത്തിന്റെ കാഹളധ്വനി
കൾ കേട്ട് പ്രചോദിതനായിരുന്നു ടാഗോർ. സ്നേഹഹിതമായ ഒന്നി
നെയും ഈ വംഗഗന്ധർവൻ അനുകൂലിച്ചില്ല. പ്രകൃതിയെ വിശ്വമാതാ
വായും പ്രേമസ്വരൂപിയായും ഉപാസിച്ച ടാഗോർ കൃതികൾ വായിക്കു
മ്പോൾ, അനുവാചകരിൽ, ആത്മീയതയ്ക്ക് ഇങ്ങനെയുമൊരു ഭാവത
ലമുണ്ടെന്ന് മനസിലാക്കാൻ കഴിയും.

ദൈവം എന്ന പാട്ടുകാരൻ

ദൈവം എന്ന് ടാഗോർ വിളിക്കുന്നത് ഒരു പാട്ടുകാരനെയാണ്. ഈ
പ്രപഞ്ചമാണ് ആ പാട്ടുകാരൻ. പ്രകൃതിമുഴുവൻ ആ പാട്ടുകാരന്റെ
അലൗകിക സംഗീതമാണെന്ന് ടാഗോർ വിശ്വസിച്ചു. പ്രപഞ്ചത്തിന്റെ
സർവചലനങ്ങളും ആ ആലാപനത്തിന്റെ നാദമാണെന്ന് *ഗീതാഞ്ജലി*
യിൽ പറയുന്നുണ്ട്. "എത്ര മനോഹരം നിൻ ഗാനാലാപനശൈലി"യെന്നു
പ്രകൃതിയെ വാഴ്ത്തുന്ന ടാഗോറിന്റെ പ്രകൃത്യുപാസന പലനിലയ്ക്കും
വില്യം വേർഡ്സ്വർത്തിനു സമാനമാണ്. എന്നാൽ ഐന്ദ്രജാലിക
മാർന്ന ടാഗോറിന്റെ വരികളിലെ ആർദ്രസംഗീതം നിരുപമമാണ്.

"പാടാനോർത്തൊരു
മധുരിതഗീതം പാടിയതില്ലല്ലോ"

എന്നു വിലപിക്കുമ്പോൾ പ്രകൃതിക്കു മുമ്പിൽ നമ്രശിരസ്കനായി നിൽക്കുന്ന കവിയുടെ വിനയം മറ്റൊരു നാദമായി അനുവാചകരിൽ പട രുന്നു. എന്നാൽ പ്രകൃതിയെ നിർഗുണപരബ്രഹ്മം കണക്കെ ആരാധിച്ച ഒരു ശുദ്ധസന്യാസിയെപ്പോലെയായിരുന്നു ടാഗോർ എന്നു നാം കരുത രുത്. സ്ഫോടനാത്മകമായ നിരീക്ഷണങ്ങളുടെ ലോകമാണ് ടാഗോർ കൃതികൾ. അടച്ചിട്ട ദേവാലയങ്ങളിലല്ല. ദൈവമുള്ളതെന്ന് ഭക്തരോട് പറയുന്ന ടാഗോർ മതാരാധനയുടെ നേർക്ക് ധീരമായി കലഹിക്കുന്നു. ജഡമായ അനുഷ്ഠാനങ്ങളും ആചാരങ്ങളും ഹിന്ദുമതത്തിൽ കൊടികു ത്തിവാണ ഒരു കാലഘട്ടത്തിൽ ഈ കലഹത്തിന് ബഹുസ്വരമാനമു ണ്ടായിരുന്നു. സതി, ആജീവനാന്തവൈധവ്യം, ശിശുവിവാഹം തുടങ്ങിയ ഹീനമായ ആചാരങ്ങൾക്കെതിരായ സാമൂഹിക പരിഷ്കരണ പ്രസ്ഥാ നങ്ങളുടെയും നവോത്ഥാനസംരഭങ്ങളുടെയും കാലഘട്ടമാണ് ടാഗോ റിന്റെ കാലഘട്ടം.

ബംഗാളിൽ റാംമോഹൻറായിയും കേരളത്തിൽ ശ്രീനാരായണഗു രുവും അയ്യങ്കാളിയും മറ്റും ഉണർത്തിവിട്ട 'നവോദയ' (renaissance) തരംഗങ്ങളാണ്, ആധുനിക ജനാധിപത്യ പ്രസ്ഥാനങ്ങളെ ഈ മണ്ണിൽ ഉറപ്പിച്ചുനിർത്തിയത്. നൂറ്റാണ്ടുകളായി ഇന്ത്യൻ മണ്ണിൽ വേരുറച്ചുപോയ ഹീനപൈതൃകത്തെയാണ് നവോത്ഥാന നായകർ എതിരിട്ടത്. ഫ്യൂഡ ലിസത്തിന്റെയും നാടുവാഴിത്തത്തിന്റെയും അധമപാരമ്പര്യത്തിൽ നിന്നും ഇന്ത്യൻ മനസിനെ സംരക്ഷിക്കുകയെന്നതായിരുന്നു, ടാഗോ റിനെപ്പോലുള്ള പ്രതിഭകളുടെ ജീവിതലക്ഷ്യം. മതാന്ധതയുടെ പേരിൽ സർവവിധ മാനുഷികമൂല്യങ്ങളും ചവിട്ടിമെതിക്കപ്പെട്ട ഒരു സമൂഹത്തിൽ നിന്നുകൊണ്ട് ആത്മീയതയ്ക്ക് നവീനമായ ഒരു മുഖം വരച്ചുചേർക്കുക യായിരുന്നു ടാഗോർ. മാനവികാശയങ്ങളിൽ അടിയുറച്ചുനിന്ന ദേശീയ വാദിയായിരുന്നു, ടാഗോർ. മതം, ജാതി, ദേശം, വർണം, ഭാഷ തുടങ്ങിയ അതിർവരമ്പുകൾക്കതീതമായി വളർന്നുവികസിക്കുന്ന ഒരു മാനവസം സ്കൃതിയെയാണ് ടാഗോർ വിഭാവനം ചെയ്തത്. ഭാഷകൾ മനുഷ്യരെ അവരുടെ ഹൃദയതന്ത്രികളാൽ കോർക്കാൻ സഹായകമാവണമെന്ന് അദ്ദേഹം വിശ്വസിച്ചു. ദേശീയതയുടെ മതിലുകൾ തകർത്ത് വികസി ക്കുന്ന സാർവലൗകിക മാനവസംസ്കാരമായിരുന്നു ടാഗോറിന്റെ ലക്ഷ്യം. ധീരതയായിരുന്നു ടാഗോറിന്റെ വ്യക്തിചേതനയിൽ അലയടി ച്ചുയർന്നത്. അദ്ദേഹത്തിന്റെ ഏറെ പ്രസിദ്ധമായ

"where the mind is without fear,
where the head is held high"
(എവിടെയാണോ മാനസം നിർഭയമാവുന്നത്,
എവിടെയാണോ ശിരസ്സ് ഉദ്ധതമാവുന്നത്.....)

എന്ന ഗീതങ്ങളിൽ സ്പന്ദിക്കുന്നത്, ഒരു ജനതയുടെ, ഒരു നാടിന്റെ വിമോചനത്വരയാണ്. കേവലം രാഷ്ട്രീയസ്വാതന്ത്ര്യത്തിനുവേണ്ടി പട പ്പാട്ടെഴുതിയ കവിയായിരുന്നില്ല ടാഗോർ. മനുഷ്യന്റെ വിമോചനമെന്നാൽ

രാഷ്ട്രീയവും സാംസ്കാരികവുമായ സ്വാതന്ത്ര്യമാണെന്നദ്ദേഹം വിശ്വ
സിച്ചു. മനസിന്റെ അടിമത്തം ഇല്ലാതാവുന്ന സമൂഹമാണ് സ്വതന്ത്രസ
മൂഹമെന്നും അത്തരം സമൂഹങ്ങളാണ് ഒരു നാടിനെ യഥാർഥത്തിൽ
സ്വതന്ത്രമാക്കുന്നതെന്നും ടാഗോർ നിരീക്ഷിച്ചു. അന്ധവിശ്വാസങ്ങളും
ജഡാചാരങ്ങളും വന്ധ്യയാക്കിയ ഒരു നാടിന്റെ തുറന്ന സിരകളിലേക്ക്
യുക്തിയുടെ നീരൊഴുക്കുകൾ നിറഞ്ഞ് രാജ്യത്തെ വിമോചിപ്പിക്കുന്ന
സ്വപ്നമാണ് ടാഗോർ നെയ്തത്. സ്വപ്നങ്ങൾകൊണ്ട് സാമൂഹിക പരി
വർത്തനം വരുത്താമെന്ന് ടാഗോർ കരുതി. അത്തരത്തിലുള്ള രാഷ്ട്രീയ
സ്വപ്നങ്ങൾ അക്കാലത്തെ ദേശീയതയുടെ പൊതുധാരയായിരുന്നു. ആ
സ്വപ്നങ്ങൾ കലഹധ്വനി ഉണർത്തുന്നതായിരുന്നു. അങ്ങനെയാണ്
ദൈവം ക്ഷേത്രങ്ങളിൽ ഇല്ലെന്ന് ടാഗോർ *ഗീതാഞ്ജലിയിൽ* എഴുതി
യത്. യുക്തിവാദമായിരുന്നില്ല ഇത്. ദൈവമില്ലെന്നല്ല ടാഗോർ പറഞ്ഞത്.
പ്രത്യുത, ദൈവം ക്ഷേത്രങ്ങൾക്കു പുറത്ത് ഉണ്ടെന്നാണ്. പുറത്ത്
എന്നാൽ സർവചരാചരങ്ങളിലും ദൈവചൈതന്യം കുടികൊള്ളുന്നുവെ
ന്നുമല്ല അദ്ദേഹം പാടിയത്. മറിച്ച്, ദൈവം എല്ലായിടത്തുമില്ല എന്നാണ്.
ധനികരുടെയും സുഖിയരായ ആളുകളുടെയും വിശ്വാസികളുടെയും
ഭക്തരുടെയും അടുത്തല്ല ദൈവമുള്ളത്. പിന്നെ എവിടെയാണ് ദൈവ
മുള്ളത്? ദൈവമുള്ളത് പാറ തല്ലിയുടച്ച് നമുക്ക് രാജവീഥിയുണ്ടാക്കുന്ന
തൊഴിലാളികളുടെ അടുത്താണ്. വിയർപ്പൊഴുക്കുന്ന അധ്വാനിക്കുന്ന മനു

ശാന്തിനികേതൻ കോട്ടേജ്

ഷ്യരുടെ അടുത്താണ്. അവരാവട്ടെ ഏറ്റവും അടിത്തട്ടിലാണ്. ഏറ്റവും അടിത്തട്ടിലെന്നാൽ ഏറ്റവുമേറ്റവും അടിത്തട്ടിൽ. *ഗീതാഞ്ജലിയിലെ* പ്രശസ്തമായ വരികളിൽ ആ അധ്വാനിക്കുന്നവരുടെ അടിത്തട്ടിലുള്ള വാസസ്ഥലം ടാഗോർ വരച്ചുകാണിക്കുന്നുണ്ട്. ചാളകളിൽ കഴിയുന്ന, ചത്താൽ കുഴിച്ചിടാൻ നാഴിമണ്ണില്ലാത്ത ആ മനുഷ്യക്കോലങ്ങളുടെ ലോകത്താണ് ദൈവമുള്ളത്. നിങ്ങൾക്ക് വിശ്വാസികൾക്ക് ദൈവത്തിന്റെ പാദങ്ങൾ സ്പർശിക്കാൻ കഴിയില്ല. ആ പാദങ്ങളിൽ സ്പർശിക്കാൻ മുതിർന്നാൽ അപാരമായ ശൂന്യതയായിരിക്കും അനുഭവപ്പെടുക. പാവ പ്പെട്ട മനുഷ്യന്റെ ജീവിതാവസ്ഥയുടെ ദൈന്യത സ്പഷ്ടമാക്കാനാണ് ഈ ചിത്രം ടാഗോർ വരയ്ക്കുന്നത്. അസാധാരണമായ കൽപ്പനാ വൈഭ വമാണ് ഈ വാങ്മയ ബിംബത്തിൽ പ്രകടിതമാവുന്നത്. പ്രകൃതിയോ ടുള്ള, പ്രപഞ്ചത്തോടുള്ള തന്റെ അഭിനിവേശവും ആരാധനയും, മാന വനീതിയിലും സാമൂഹികാസമത്വത്തിലും അധിഷ്ഠിതമായിരുന്നുവെന്ന തിന്റെ നിസ്തുലമായ ഉദാഹരണമാണിത്. ടാഗോർ പ്രകൃതി ഗായകൻ മാത്രമായിരുന്നില്ല ലോകത്തിനു മാതൃകയായ ഒരു വിദ്യാഭ്യാസപദ്ധതി ആവിഷ്കരിച്ച മഹാനായ വിദ്യാഭ്യാസവിചക്ഷണനും അധ്യാപകനുമാ യിരുന്നു അദ്ദേഹം. 'ശാന്തിനികേതൻ' (സമാധാനത്തിന്റെ ഇരിപ്പിടം) എന്നപേരിൽ അദ്ദേഹം സ്ഥാപിച്ച വിദ്യാലയം, പ്രോജ്ജലമായ ഒരു സർവ കലാശാലതന്നെയായിരുന്നു. പശ്ചിമബംഗാളിലെ ബോൽപ്പൂരിനുസമീ പമുള്ള കൊച്ചുപട്ടണമാണ് ശാന്തിനികേതൻ. ഇതാണ് പിൽക്കാലത്ത് വിശ്വഭാരതി സർവകലാശാലയായി ഉയർന്നത്. വർഷംപ്രതി ആയിരക്ക ണക്കിനു വിദ്യാർഥികളും സഞ്ചാരികളും ലോകത്തിന്റെ വിഭിന്ന ഭാഗ ങ്ങളിൽനിന്നും ഇവിടെയെത്തുന്നുണ്ട്. രബീന്ദ്രനാഥടാഗോറാണ് ശാന്തി നികേതൻ കണ്ടെത്തുന്നത്. ടാഗോർ തന്റെ ആദർശങ്ങൾ സാക്ഷാൽക്ക രിക്കുന്നത് ഇവിടംകൊണ്ടാണ്. പ്രകൃതിയുടെ മടിത്തട്ടിലിരുന്നുകൊണ്ടു വേണം വിദ്യാഭ്യാസം വികസിപ്പിക്കേണ്ടതെന്ന് അദ്ദേഹം ഉറച്ചുവിശ്വ സിച്ചു. ആയിരക്കണക്കിനു വിദ്യാർഥികൾ ഈ മനോഹരമായ പൂങ്കാവ നത്തിലിരുന്ന് ഉന്നതവിദ്യാഭ്യാസം നേടി. വിദേശികളായ എത്രയോ അധ്യാപകരും വിദ്യാർഥികളും ഈ ഉദ്യാനപാഠശാലയുടെ അലൗകിക ശാന്തി നുകർന്നിട്ടുണ്ട്. ഇന്ദിരാഗാന്ധി, സത്യജിത്റായി, അമർത്യാസെൻ തുടങ്ങിയവർ ഇവിടത്തെ വിദ്യാർഥികളായിരുന്നു.

ശാന്തിനികേതനത്തിലെ 'കലാഭവനം' ലോകത്തിലെതന്നെ മികച്ച സുകുമാരകലാശാലയാണ്. ശാസ്ത്രം, മാനവികവിഷയങ്ങൾ, സാങ്കേ തികത, ഗ്രാമപുനരുദ്ധാരണം, കാർഷികഗവേഷണം, നൃത്തം, നാടകം, സംഗീതം, ചിത്രകല തുടങ്ങിയ അനേകം വിഷയങ്ങൾ ശാന്തിനികേത നത്തിന്റെ വിവിധ ഭാഗങ്ങളായ സ്ഥാപനങ്ങളിൽ പഠിപ്പിക്കുന്നുണ്ട്. കൂടാതെ കൊച്ചുകുട്ടികൾക്കുള്ള സ്കൂളുകളും ഇവിടെയുണ്ട്. രബീന്ദ്ര ജയന്തി, മാഘമേള, നന്ദൻമേള, ബസന്ത ഉത്സവം തുടങ്ങിയ നിരവധി സാംസ്കാരികാഘോഷങ്ങൾ വർഷംപ്രതി ഇവിടെ ഗംഭീരമായി നടന്നു വരുന്നു.

ഗാന്ധിയും കസ്തൂർബയും ശാന്തിനികേതനിൽ ടാഗോറിനൊപ്പം

ഈ മഹാസർവകലാശാലയിലിരുന്നാണ് ടാഗോർ തന്റെ വിശ്വപ്ര
സിദ്ധരചനകൾ നടത്തിയത്. പ്രകൃതിയിൽനിന്നും പഠിക്കുകയും പ്രകൃ
തിയോടിണങ്ങി ജീവിക്കുകയും പ്രകൃതിയെ സ്നേഹിക്കുകയും ചെയ്യു
കയെന്നതാണ് ടാഗോറിന്റെ മഹത്തായ ജീവിതസങ്കൽപ്പം. ഇത്തരമൊരു
വീക്ഷണം വികസിപ്പിക്കാനുതകുന്നതാവണം വിദ്യാഭ്യാസമെന്ന്
അദ്ദേഹം വിശ്വസിക്കുകയും അത് പ്രയോഗത്തിൽ വരുത്തുകയും
ചെയ്തു. ഗാന്ധിജിയെപ്പോലെയുള്ള എത്രയോ മഹാന്മാർ ടാഗോറിന്റെ ആശ
യങ്ങളിൽ പ്രചോദിതരായിരുന്നു. മഹാത്മജി ശാന്തിനികേതനിൽ വിക
സിച്ച വിദ്യാഭ്യാസരീതിയുടെ മഹത്വം തിരിച്ചറിഞ്ഞു. ആധുനിക ഇന്ത്യൻ
ദേശീയതയുടെ ശക്തരായ പ്രണേതാക്കളിൽ അദ്വിതീയനായിരുന്നു
ടാഗോർ. ടാഗോർ ആവിഷ്കരിച്ച വിദ്യാഭ്യാസസമ്പ്രദായം ഇന്ത്യൻ പാര
മ്പര്യത്തിന്റെയും പാശ്ചാത്യപാരമ്പര്യത്തിന്റെയും സർഗാത്മകവശങ്ങളെ
സമന്വയിപ്പിക്കുന്നതായിരുന്നു. അന്ധമായ പാശ്ചാത്യഭ്രമത്തെ ടാഗോർ
ശക്തമായി എതിർത്തു. എന്നാൽ അതിന്റെ ഗുണവശങ്ങളെ സ്വാംശീക
രിക്കാൻ അദ്ദേഹം മടികാണിച്ചില്ല. പൗരാണിക ഗ്രീസിൽ പ്ലേറ്റോയും
അരിസ്റ്റോട്ടിലും വികസിപ്പിച്ച വിദ്യാഭ്യാസമാതൃകയുടെ മഹനീയ വശ
ങ്ങൾ ടാഗോറിനെ ആകർഷിച്ചു. അതുപോലെതന്നെ ഇന്ത്യൻ പാരമ്പ
ര്യത്തിൽനിന്നും മഹത്തായതെല്ലാം അദ്ദേഹം ഉൾക്കൊണ്ടു. ഹീനമായ
പാരമ്പര്യത്തെയും അശാസ്ത്രീയവും അന്ധവുമായ പൈതൃകത്തെയും
ടാഗോർ തിരസ്കരിച്ചു. വിദ്യാഭ്യാസത്തെ പ്രായോഗിക ജീവിതവുമായി
ഇഴചേർക്കുന്ന സമീപനമായിരുന്നു ടാഗോറിന്റേത്. അങ്ങനെ അദ്ദേഹം
ശാന്തിനികേതനിൽ വളർത്തിയെടുത്ത വിദ്യാഭ്യാസപദ്ധതി മഹാത്മ
ജിയെ പ്രചോദിപ്പിക്കുകയും ഗാന്ധിജി അത് ഇന്ത്യൻ ദേശീയപ്രസ്ഥാ
നത്തിന്റെ ഭാഗമായി വികസിപ്പിക്കുകയും ചെയ്തു. അങ്ങനെയാണ്

തൊഴിലധിഷ്ഠിത വിദ്യാഭ്യാസം എന്ന ആശയം ഉയർന്നുവരുന്നത്. എന്നാൽ വിദ്യാഭ്യാസത്തെ കേവലം ഉൽപ്പാദനപരമായും തൊഴിൽപര മായും സമീപിക്കുന്ന യാന്ത്രിക വീക്ഷണമായിരുന്നില്ല ടാഗോറിന്റേത്. ജീവതത്തിന്റെ ഉയർന്ന മൂല്യങ്ങൾ സ്വായത്തമാക്കാനും പ്രകൃതിയുമായി ഇണങ്ങി ജീവിക്കാനും വ്യക്തികൾക്ക് പ്രചോദനം നൽകുന്ന ആധുനിക വിദ്യാഭ്യാസ സങ്കൽപ്പമാണ് ടാഗോറിന്റേത്.

1861 മെയ് 7നാണ് ടാഗോർ ജനിച്ചത്. ബംഗാളിലെ കൽക്കട്ടയിൽ ഒരു ബ്രാഹ്മണകുടുംബത്തിലാണ് ടാഗോറിന്റെ ജനനം. കാലഹരണ പ്പെട്ടതും ജീർണവുമായ ആചാരങ്ങൾ കൊടികുത്തിവാണ സമൂഹത്തിൽ ജനിച്ച ടാഗോർ ആ പ്രാകൃതാചാരങ്ങളെയെല്ലാം ശക്തമായി എതിർത്തു കൊണ്ടാണ് വളർന്നുവന്നത്. കുട്ടിക്കാലത്തുതന്നെ പ്രകൃതിയോട് അതി രറ്റ മമതയായിരുന്നു ടാഗോറിന്. ദേബേന്ദ്രനാഥ ടാഗോറിന്റെയും ശാര ദാദേവിയുടെയും പതിനാലാമത്തെ സന്തതിയായിരുന്നു രബി. സമ്പന്ന മായ കുടുംബമായിരുന്നു ടാഗോറിന്റേത്. വ്യവസ്ഥാപിതമായ രീതിയി ലായിരുന്നില്ല, രബിയുടെ വിദ്യാഭ്യാസം. പിതാവായ ദേബേന്ദ്രനാഥടാ ഗോർ അധ്യാപകരെ തന്റെ വീട്ടിൽ വരുത്തിയാണ് മകനെ പഠിപ്പിച്ചത്. സംഗീതം, ചിത്രരചന, സംസ്കൃതം തുടങ്ങിയ വിഷയങ്ങളിലെല്ലാം ഉയർന്നവിദ്യാഭ്യാസം രബിക്ക് ലഭിച്ചു. കുട്ടിക്കാലത്തുതന്നെ കാളിദാസ കവിതകളിൽ ആകൃഷ്ടനായിരുന്നു രബി. പിൽക്കാലത്ത് ഗുരുദേവ് എന്ന പേരിലറിയപ്പെട്ട ടാഗോർ ആദ്യകാലത്ത് 'ഭാനുഷിങ്കോ' (സൂര്യസിംഹം) എന്ന പേരിലാണ് കവിതകളെഴുതിയിരുന്നത്. ഒരു ബാരിസ്റ്ററാവാൻ കൊതിച്ച ടാഗോർ ലണ്ടനിൽ ഉപരിവിദ്യാഭ്യാസത്തിനുവേണ്ടി പോയെ ങ്കിലും അത് പൂർത്തിയാക്കാനായില്ല. തന്റെ പിതാവിന്റെ എസ്റ്റേറ്റുകൾ നോക്കിനടത്തിയ ടാഗോറിനെ പ്രകൃതിയുടെ വശ്യസൗന്ദര്യം കീഴടക്കു കയായിരുന്നു. ഭാര്യ മൃണാളിനിദേവിയും കുട്ടികളുമൊത്തുള്ള സന്തു ഷ്ടമായ ജീവിതം രബിയുടെ കാവ്യപ്രതിഭയ്ക്കു പ്രചോദനമായിരുന്നു. പശ്ചിമബംഗാളിലെ ശാന്തിനികേതനിൽ പ്രകൃതിസുന്ദരമായ പൂങ്കാവ നത്തിൽ ഒരാശ്രമം പണിത് അവിടേക്ക് ജീവിതം പറിച്ചു നട്ട ടാഗോർ വിശ്വകവിയായി മാറുകയായിരുന്നു.

അദമ്യമായ സഞ്ചാരവാഞ്ഛ കൗമാരകാലത്തുതന്നെ ടാഗോറിനെ പിടികൂടിയിരുന്നു. ലോകത്തിലെ അഞ്ചുവൻകരകളിലായി മുപ്പതിലധികം രാജ്യങ്ങളിൽ ടാഗോർ സന്ദർശനം നടത്തി. റൊമേയ്ൻ റൊളാങ്, ഡബ്ല്യു ബി യീറ്റ്സ് (Romain Rolland, W B Yeats) തുടങ്ങിയ മഹത്‌വ്യക്തി കൾ ടാഗോറിന്റെ അന്യൂനമായ വ്യക്തിപ്രഭയിൽ ആകൃഷ്ടരായിരുന്നു. ശ്രീനാരായണഗുരു, മഹാത്മജി തുടങ്ങിയ മഹത്‌വ്യക്തികളും ടാഗോ റിനെ ആദരിച്ചിരുന്നു. പ്രശസ്ത ഐറിഷ് കവിയായ ഡബ്ല്യു ബി യീറ്റ്സ് ആണ് ടാഗോറിന്റെ വിശ്വവിഖ്യാതമായ *ഗീതാഞ്ജലിയുടെ* ഇംഗ്ലീഷ് പരി ഭാഷ പരിശോധിക്കുകയും അതിന് അവതാരികയെഴുതുകയും ചെയ്തത്.

സ്വാതന്ത്ര്യത്തിന്റെയും പ്രകൃതിയുടെയും ഗായകൻ

'എത്ര മനോമോഹനമാണ് ദൈവത്തിന്റെ ഗാനാലാപന'ശൈലി'

യെന്നു പാടിയ ടാഗോറിന്റെ കവിതകളിൽ ഓളംതല്ലുന്നത് പ്രപഞ്ച ത്തോടുള്ള അപാരമായ പ്രണയമാണ്. സ്വാതന്ത്ര്യത്തിന്റെ സംഗീത നിർദ്ധരിയാണ് പ്രണയം എന്നതായിരുന്നു ടാഗോറിന്റെ സങ്കൽപ്പം.

സ്വാതന്ത്ര്യത്തെക്കുറിച്ചും പ്രകൃതിയുടെ സ്വച്ഛന്ദതയെക്കുറിച്ചും ടാഗോർ നിരവധി കൃതികൾ രചിച്ചിട്ടുണ്ട്.

കൂട്ടിലടയ്ക്കപ്പെട്ട ഒരു പക്ഷിയെ ഒരു വനപ്പക്ഷി പ്രണയിക്കുന്ന മനോഹരമായ കവിത രചിച്ചിട്ടുണ്ട് ടാഗോർ. വനപ്പക്ഷി, കൂട്ടിലെ കിളി യോട് സ്നേഹാർദ്രമായി പറയുന്നു, "നമുക്ക് കാട്ടിലേക്ക് പറന്നു പോകാം." കൂട്ടിലെ കിളിയാവട്ടെ, വനപ്പക്ഷിയെ തന്റെ കൂട്ടിനകത്തേക്ക് ക്ഷണിക്കുകയും അവിടെ അവർക്കൊരുമിച്ച് ജീവിക്കാമെന്ന് പറയുകയും ചെയ്യുന്നു. സ്വതന്ത്രയായ പക്ഷി ചോദിക്കുന്നതിതാണ്. ഈ കൊച്ചുകൂ ട്ടിൽ എനിക്കെങ്ങനെ എന്റെ ചിറകുവിടർത്താൻ പറ്റും? അതിന് കൂട്ടിലെ കിളി നൽകുന്ന മറുപടിയിലാണ്, ടാഗോർ അപാരമായ തന്റെ പ്രതിഭ തെളിയിക്കുന്നത്. 'അനന്തമായ ആകാശത്തിൽ എനിക്കിതുപോലെ ഇരി ക്കാൻ എങ്ങനെ കഴിയും' ('I should not know where to sit perched in the sky').

Parrot's training (തത്തയുടെ പരിശീലനം) എന്നൊരു കഥയിൽ ഒരു രാജാവ് സ്വർണക്കൂട്ടിലടച്ച ഒരു പക്ഷിയെ പഠിപ്പിക്കാൻ വേണ്ടി അനേകം വിദഗ്ധരെ നിയോഗിക്കുന്നു. അവസാനം പഠനഭാരം താങ്ങാ നാവാതെ കൂട്ടിലെ കിളി മരിക്കുന്നു. ആധുനിക വിദ്യാഭ്യാസത്തിന്റെ അന്ധവും വികൃതവുമായ മുഖത്തെയാണിവിടെ ടാഗോർ ആക്ഷേപി ക്കുന്നത്. സ്വാതന്ത്ര്യത്തിന്റെ മഹാകാശത്ത് വിടരേണ്ട നക്ഷത്രങ്ങളാ യിട്ടാണ് ടാഗോർ കുട്ടികളെ കാണുന്നത്. അവർ വനപ്പക്ഷികളെപ്പോലെ സ്വച്ഛന്ദം ചിറകുവിടർത്തി പറന്നുയരണം. എന്നാൽ ആധുനിക വിദ്യാ ഭ്യാസം അവരെ കൂട്ടിലടയ്ക്കുന്നു.

മനുഷ്യന്റെ വികാരങ്ങളെ അവാച്യമായ ഭാവപ്പൊലിമയിൽ ആവി ഷ്കരിക്കുന്ന കൃതികളാണ് ടാഗോറിന്റേത്. അലതല്ലുന്ന ആഹ്ലാദവും കാത്തിരിപ്പിന്റെ വിഷാദവും ആ തൂലികയിൽനിന്നും ആവിഷ്കരിക്കപ്പെ ടുമ്പോൾ അത് അനിർവചനീയമായ അനുഭവമായിമാറുന്നു. പ്രകൃതി യുമായി ഇഴചേർന്നതാണ് ടാഗോറിന്റ കൃതകളെല്ലാം. പ്രകൃതിയിലെ എല്ലാ ജീവഗണത്തെയും ടാഗോർ സ്നേഹിച്ചു. പക്ഷികൾ, മൃഗങ്ങൾ, പൂവുകൾ എന്നുവേണ്ട എല്ലാം ടാഗോർ കൃതികളിൽ കടന്നുവരുന്നുണ്ട്. ഏകാന്തതയും ദുഃഖവും ഇത്രമാത്രം ശിൽപ്പസൗഭഗത്തോടെ ആവിഷ്ക രിച്ച എഴുത്തുകാർ കുറവാണ്. *സുഭ* എന്നു പേരായ ടാഗോറിന്റെ ഒരു കഥയിൽ ജന്മനാ മൂകയായ സുഭാഷിണി എന്ന പെൺകൊടിയുടെ വിഷാ ദഭരവിയാർന്ന ജീവിതം ചിത്രീകരിക്കുന്നു. സംസാരിക്കാൻ കഴിയാത്ത ആ ബാലികയുടെ ഹൃദയത്തിലെ ഭാവങ്ങളെ പ്രകൃതിയിൽ അലിയിച്ചു ചേർത്താണ് ടാഗോർ ആവിഷ്കരിക്കുന്നത്. മൂകമായ പെൺഹൃദയ ത്തിലെ പ്രണയം, വാത്സല്യം, ദുഃഖം, ആഹ്ലാദം ഇവയെല്ലാം പ്രകൃതി യിലൂടെയാണ് പ്രതിഫലിക്കപ്പെടുന്നത്. ബംഗാളിലെ ഒരു നദീതീര ത്താണ് കഥനടക്കുന്നത്. മൂകയായ സുഭ ഒരു തെരുവുബാലനുമായി

ചങ്ങാത്തത്തിലാണ്. സുഭയുടെ ഗ്രാമത്തെയും കുടിലുകളെയും തഴു കിയൊഴുകുന്ന സ്വച്ഛനീലിമയാർന്ന നദീതീരത്ത് പെൺകുട്ടി ഇരിക്കുന്നു. അവൾ മൂകയാണെങ്കിലും അവളുടെ ഹൃദയം മൂകമല്ല. അവൾക്ക് സംസാരിക്കാൻ കഴിയില്ലെങ്കിലും ഹൃദയത്തിന് സംസാരിക്കാൻ കഴിയും. പക്ഷേ, ആ സംസാരത്തിലെ വ്യസനവും മോഹവും ആഹ്ലാദവുമെല്ലാം ആർക്കു മനസിലാവും. പ്രകൃതിക്കും അവളുടെ ചാരെ പുഴയിൽനിന്നും ചുണ്ടയിടുന്ന ആ തെരുവുബാലനുമല്ലാതെ മറ്റാർക്കു കേൾക്കാനാവും അവളുടെ ഹൃദയത്തിന്റെ മർമരങ്ങൾ. പകൽ, ഉച്ചമയങ്ങിയാൽ വികാര ത്തിന്റെ അലകളുയരുന്ന അവൾ പുഴയുടെ മാറിൽ ചേർന്നിരിക്കും. ആ ശോകവാഹിനിയുടെ മൃദുല തരംഗങ്ങളുമായി അവൾ സംസാരിക്കും. ആ തെളിനീർ അലകൾക്ക് അവളുടെ വ്യഥകൾ ഏറ്റുവാങ്ങാൻ കഴിയും. രാത്രിയിൽ നിശ്ശബ്ദയായൊഴുകുന്ന നദിയെ അവൾ നോക്കിയിരിക്കും. മറ്റുള്ളവർക്കെല്ലാം അവൾ ഊമയാണ്. അങ്ങനെ സ്വന്തം വികാരങ്ങൾ വാക്കുകളിലൂടെ പ്രകടിപ്പിക്കാൻ കഴിയാത്ത ആ പെൺകുട്ടിയെ അകലെ നിന്നൊരാൾ വന്ന് വിവാഹം ചെയ്യുന്നു. അയാളറിയുന്നില്ല, അവൾ മൂക യാണെന്ന്. ഊമയായ മകൾ അച്ഛനും അമ്മയ്ക്കുമെല്ലാം ഒരു ഭാരമാണ്. അങ്ങനെ ഒരു ഭാരം ഇറക്കിവെച്ചു. പക്ഷേ വിവാഹാനന്തരം ആ നിഷ്ക ളങ്കയായ പെൺകുട്ടി ദുരിതത്തിന്റെ കയത്തിലേക്ക് വലിച്ചെറിയപ്പെടുന്ന കഥയിൽ, പ്രകൃതിയെ നാം കാണുന്നത്, അഗാധമായ മനുഷ്യസ്നേഹ മുള്ള ഒരു ഹൃദയമായിട്ടാണ്. പ്രകൃതിക്ക് അതിന്റേതായ ഭാഷയുണ്ട്. കാറ്റിന് അതിന്റെ ഭാഷയുണ്ട്. ജലമർമരത്തിന് അതിന്റേതായ ഭാവസ്പ ന്ദനമുണ്ട്. അതിനെ നിശ്ശബ്ദമായി ശ്രദ്ധിക്കുമ്പോൾ നമുക്കത് അനുഭ വേദ്യമാവുന്നു. അനന്യസുന്ദരവും അവാച്യവുമായ അനുഭൂതിയാണ് ടാഗോറിന്റെ സാഹിത്യസൃഷ്ടികൾ നമുക്ക് സമ്മാനിക്കുന്നിത്. പ്രകൃ തിയുമായുള്ള അഗാധലയമാണ് അതിന്റെ മുഖമുദ്ര.

Child's Return(*കുട്ടിയുടെ തിരിച്ചുവരവ്*) കഥയിൽ നിഷ്കളങ്കനായ ഒരു വേലക്കാരന്റെ കരളുരുക്കുന്ന കഥയാണ് ടാഗോർ പറയുന്നത്. യജ മാനന്റെ കുട്ടിയെയുംകൊണ്ട് പുറത്തുപോകുന്ന റൈച്ചരൺ (Richaran) എന്ന വേലക്കാരനോട് ഒരു പൂവുപറിച്ചുതരാൻ കുട്ടി ആവശ്യപ്പെടു മ്പോഴാണ് ദുരന്തമുണ്ടാവുന്നത്. ആർത്തലയ്ക്കുന്ന നദിയുടെ തീരത്തു നിന്ന് വേലക്കാരൻ പൂപറിക്കുമ്പോൾ കുട്ടി ഒഴുക്കിൽപ്പെടുന്നു. ആയിരം തിരക്കൈകൾ നീട്ടി നദി അവനെ തന്റെ കൊട്ടാരത്തിലേക്ക് കൊണ്ടു പോയെന്നാണ് കഥാകാരൻ പറയുന്നത്. ഈ മഹാദുരന്തത്തിനുശേഷം വേലക്കാരൻ തന്റെ വീട്ടിലേക്ക് തിരിച്ചുപോവുന്നു. അതുവരെ പ്രസവി ക്കാതിരുന്ന തന്റെ ഭാര്യ ഒരാൺകുഞ്ഞിനു ജന്മം നൽകുന്നു. അത്ഭുത കരമെന്നു പറയട്ടെ ആ കുഞ്ഞിന്, തന്റെ അശ്രദ്ധകൊണ്ട് വിടപറയേ ണ്ടിവന്ന കുഞ്ഞിന്റെ ഛായയായിരുന്നു. അതേരൂപം....അതേ ഭാവം. അത വൻതന്നെയായിരുന്നു. അസംഭാവ്യമായ ഒരു സംഭവത്തെ വളരെ സ്വാഭാ വികമായി ആവിഷ്കരിക്കുന്നു ടാഗോർ. ഇവിടെയും സാന്ത്വനത്തിന്റെയും സ്നേഹത്തിന്റെയും പ്രതീകമാണ് പ്രകൃതി. നല്ലവരായ മനുഷ്യർക്ക് സംരക്ഷണം നൽകുന്ന പ്രകൃതിയുടെ കൃപാകടാക്ഷത്തെ ഇത്ര ഹൃദ

ടാഗോർ പ്രതിമ

യസ്പൃക്കായി അവതരിപ്പിക്കുന്ന എഴുത്തുകാർ വിശ്വസാഹിത്യത്തിൽ തന്നെ അപൂർവമാണ്.

ടാഗോറിന്റെ വ്യക്തിജീവിതം പലനിലയിലും ദു:ഖപൂർണമായിരുന്നു. 1902 ൽ അദ്ദേഹത്തിന്റെ പത്നി മരിച്ചത് താങ്ങാനാവാത്ത ആഘാതമായിരുന്നു. തന്റെ ഇരുപത്തിരണ്ടാമത്തെ വയസിലാണ് രബി ഭവത്രാണി (മൃണാളിനി)യെ വിവാഹം കഴിക്കുന്നത്. മൃണാളിനിയുടെ മരണശേഷം ടാഗോർ വളരെ ഏകാകിയായി കാണപ്പെട്ടു. അദ്ദേഹം പുനർവിവാഹം ചെയ്യുകയുണ്ടായില്ല. അതുപോലെതന്നെ, രബിയുടെ ജ്യേഷ്ഠത്തിയമ്മയുടെ മരണവും അദ്ദേഹത്തിന് ഏറെ ആഘാതം സൃഷ്ടിച്ചു. ടാഗോറിന്റെ മൂത്ത ജ്യേഷ്ഠനായ ജ്യോതീന്ദ്രനാഥിന്റെ ഭാര്യയായ കാദംബരിയായിരുന്നു ആ സ്ത്രീ. സാഹിത്യത്തിൽ തൽപ്പരയായിരുന്ന അവർ ടാഗോറിന്റെ സർഗജീവിതത്തിന് ഏറെ പ്രചോദനം നൽകിയിരുന്നു. പലകൃതികളും ടാഗോർ അവർക്ക് സമർപ്പിച്ചിട്ടുണ്ട്. ടാഗോറിന്റെ വിവാഹം കഴിഞ്ഞ് നാലു മാസത്തിനുശേഷം അവർ ആത്മഹത്യചെയ്യുകയായിരുന്നു.

*ഗീതാഞ്ജലി*യെന്ന വിശ്വവിഖ്യാത സൃഷ്ടിക്ക് നോബൽ പുരസ്കാരം ലഭിച്ചതോടെ ഇന്ത്യൻസാഹിത്യം മാത്രമല്ല, പൗരസ്ത്യസാഹിത്യം തന്നെ ലോകസമക്ഷം ആദരിക്കപ്പെടുകയായിരുന്നു.

പ്രകൃതിയെ സ്നേഹിക്കുകയും ഉപാസിക്കുകയും ചെയ്തപ്പോൾ തന്നെ അന്ധവിശ്വാസങ്ങൾക്കെതിരെ കടുത്ത നിലപാടു സ്വീകരിച്ചുവെന്നതാണ് ടാഗോറിന്റെ പ്രാധാന്യം. മഹാത്മാഗാന്ധിയുമായുള്ള ടാഗോറിന്റെ അഭിപ്രായവ്യത്യാസങ്ങൾ പ്രസിദ്ധമായിരുന്നു. പ്രകൃതിക്ഷോഭങ്ങളുണ്ടാവുന്നത് സംബന്ധിച്ചായിരുന്നു അതിലൊന്ന്. വെള്ളപ്പൊക്കം, ഭൂമികുലുക്കം തുടങ്ങിയവ മനുഷ്യൻ ചെയ്യുന്ന തെറ്റുകൾക്കുള്ള ശിക്ഷയാണെന്ന ഗാന്ധിജിയുടെ അഭിപ്രായത്തെ ടാഗോർ വിമർശിച്ചു. ദൈവം നിരപരാധികളെ ശിക്ഷിക്കുന്ന നീതിപാലകനല്ലെന്ന് ടാഗോർ വിശ്വസിക്കുന്നു. യോഗാനുഭൂതി പകർന്നുതരുന്ന കാവ്യങ്ങൾ രചിച്ചപ്പോഴും ഉയർന്ന മാനുഷികത ഉയർത്തിപ്പിടിച്ച മഹാപ്രതിഭയായിരുന്നു ടാഗോർ.

6

ഉജ്ജയിനിയിലെ ഗന്ധർവഗായകൻ കാളിദാസൻ

കാളിദാസനും വിഷാദവതിയായ വനജ്യോത്സ്നയും

കവി ശ്രേഷ്ഠഃ കാളിദാസഃ എന്ന ചൊല്ല് ഇന്ന് പാശ്ചാത്യരും അംഗീ കരിച്ചുകൊണ്ടിരിക്കുകയാണ്. കാളിദാസനൊഴിച്ചുള്ള ഇന്ത്യൻ കവിക ളെല്ലാം മോശക്കാരാണെന്നോ പാശ്ചാത്യകവികൾ പ്രതിഭ യുടെ തിളക്കമില്ലാത്തവരാ ണെന്നോ ഈ ചൊല്ലിന് അർ ഥമില്ല. പ്രത്യുത, കാളിദാസൻ ശ്രേഷ്ഠനാണെന്നും ആ ശ്രേ ഷ്ഠകവിയുടെ വിശിഷ്ടമായ രചനകൾ കാലമേറെ കടന്നു പോയിട്ടും ഇന്നും അനശ്വര മായി നിൽക്കുന്നുവെന്നതു മാണ് പ്രധാനം.

കവികളിൽ ശ്രേഷ്ഠനാ ണ് കാളിദാസൻ എന്ന ചൊല്ലു പോലെതന്നെ പ്രസിദ്ധമായി മറ്റൊന്നുകൂടിയുണ്ട്. കാവ്യങ്ങ ളിൽ നാടകമാണ് മനോഹരം (കാവ്യേഷു നാടകം രമ്യം) നാടകാന്തം കവിത്വം എന്ന പോലെ തന്നെ പ്രധാനമാണി തും. ദ്രാക്ഷാ വിശിഷ്ട ഫലഃ

കാളിദാസൻ ചിത്രകാരന്റെ ഭാവനയിൽ

(പഴങ്ങളിൽ മുന്തിരിയാണ് വിശിഷ്ടം) എന്നപോലെ കാളിദാസൻ കവി
കളുടെ ചക്രവർത്തിയാണെന്ന സങ്കൽപ്പം പൗരസ്ത്യസാഹിത്യലോക
ത്തിൽ ചിരപ്രതിഷ്ഠനേടിയ ഒന്നാണ്. കവികളിൽ ശ്രേഷ്ഠൻ കാളിദാ
സൻ, കവിതകളിൽ ശ്രേഷ്ഠം നാടകം, (നാടകകാവ്യം) നാടകങ്ങളിൽ
വിശിഷ്ടം *അഭിജ്ഞാനശാകുന്തളം, ശാകുന്തളത്തിൽ* വിശിഷ്ടം നാലാ

മങ്കം എന്ന ലബ്ധപ്രതി
ഷ്ഠ നേടിയ ഒരു
സങ്കൽപ്പവുമുണ്ട്. *മഹാ
ഭാരത്തിലെ ശകുന്തളോ
പാഖ്യാനത്തെ ആസ്പ
ദമാക്കി കാളിദാസൻ
രചിച്ച അഭിജ്ഞാന ശാ
കുന്തളത്തിനോട്* കിടപി
ടിക്കുന്ന ഒരു സാഹിത്യ
സൃഷ്ടി വിശ്വസാഹിത്യ
ത്തിൽ അപൂർവമാണ്.
ആശയങ്ങൾകൊണ്ട് അ
തിൽ പലതും കാലഹര
ണപ്പെട്ടിരിക്കാം. എന്നാ
ൽ സൗന്ദര്യശാസ്ത്രപര
മായി നോക്കുമ്പോൾ
ശാകുന്തളം ഇന്നും ചിറ
കുവിടർത്തിനിൽക്കുന്ന
മയിൽപ്പക്ഷിയെപ്പോലെ
യാണ്. നിന്റെ ചിറകു
കൾ കാലഹരണപ്പെട്ടിരി
ക്കുന്നുവെന്ന് നമുക്ക്
മയിലിനോട് പറയാനു
ള്ള സ്വാതന്ത്ര്യമുണ്ട്.

എന്നാൽ പൗരസ്ത്യമെന്നോ പാശ്ചാത്യമെന്നോ ഭേദമില്ലാതെ കാളിദാ
സകൃതികൾക്ക് ഇന്നു ലഭിക്കുന്ന സ്വീകാര്യത നിരാകരിക്കാവുന്നതല്ല.
മൃതഭാഷയായ സംസ്കൃതത്തിലെ അമൃതകുംഭമാണ് കാളിദാസകൃതി
കളെന്നു പറയാം. പ്രകൃതിയുടെ അമൃതപ്രവാഹമാണവ. പ്രകൃതിയും
മനുഷ്യനും തമ്മിലുള്ള ലയസൗഭഗത്തിന്റെ ഉത്തമോദാഹരണമാണ്
കാളിദാസകൃതികൾ. മാൻപേടയും വനജ്യോത്സനയും താമരയും ലത
കളും സരോവരങ്ങളും മേഘങ്ങളും ഋതുകന്യമാരും സാലഭഞ്ജികമാരും
സുഖമായി വിരാജിക്കുന്ന അപ്സര സരസുകളാണ് കാളിദാസകൃതി
കൾ.

ദുഷ്യന്തരാജാവ് നായാട്ടിനായി അതിമനോഹരമായ ഒരു വനത്തി

ലെത്തിപ്പെടുന്നു. ആ സുന്ദരവനത്തിൽവെച്ചാണ് ശകുന്തളയെന്ന വന കന്യകയെ കണ്ടുമുട്ടുന്നത്. അംഗലാവണ്യത്തിന്റെ നിസ്തുലമാ തൃകയായ ശകുന്തളയെ കണ്ട് അനുരാഗവിവശനാവുന്നു രാജാവ്. അല്ല, അവരിരുവരും കാമമോഹിതരാവുന്നു എന്നുപറയുന്നതാവും ശരി. ഗാന്ധർവവിധിപ്രകാരം ശകുന്തളയും ദുഷ്യന്തനും വിവാഹിതരാവുന്നു. ദുഷ്യന്തൻ കൊട്ടാരത്തിലേക്ക് തിരിച്ചുപോവുന്നു. കാലം കഴിഞ്ഞപ്പോൾ രാജാവ് ശകുന്തളയെ മറക്കുന്നു. അവസാനം ശകുന്തളയെ തിരിച്ചറി യുന്ന ദുഷ്യന്തൻ അവളെ വരിക്കുന്നു. വിശ്വപ്രസിദ്ധമായ *അഭിജ്ഞാന ശാകുന്തള*ത്തിന്റെ കഥാസന്ദർഭമിതാണ്. *ശാകുന്തള*ത്തിൽ കാളിദാസ കവി വരച്ചിടുന്ന പ്രകൃതി അത്യുദാത്തമാണ്. ലോകത്തിലൊരു കവിക്കും അപ്രാപ്യമായ രീതിയിലാണ് ഇത് സാക്ഷാൽത്കരിക്കപ്പെട്ടിട്ടുള്ളത്. മുല്ല വള്ളിയും മാൻകിടാവും ശകുന്തളയും അനസൂയ, പ്രിയംവദ തുടങ്ങിയ തോഴിമാരും കണ്വമുനിയുമെല്ലാം ഒന്നിച്ചു വാഴുന്ന സ്വർഗീയമായ ഒരു പർണശാലയാണ് കാളിദാസഭാവന സൃഷ്ടിക്കുന്നത്. ഭൂമിയിലെ ഒരു സമാന്തര സ്വർഗമാണ് *ശാകുന്തള*ത്തിലെ പർണശാല. നാലാമങ്കത്തിൽ ശകുന്തള ആശ്രമത്തോട് വിടപറയുന്ന രംഗത്തിനു സമാനമായ ഒന്ന് വിശ്വസാഹിത്യത്തിൽ രചിക്കപ്പെട്ടിട്ടില്ല. താമരയിതളിൽ കാമലേഖനമെ ഴുതുന്ന ശകുന്തളയും അവളുടെ കളിക്കൂട്ടുകാരായ മാൻകിടാവും മുല്ല വള്ളിയുമെല്ലാം പ്രകൃതി, അതിന്റെ സുഖദമായ മുലപ്പാൽ ചുരത്തുന്ന സ്നേഹസാമ്രാജ്യമാണ്. അമൃതശേഖരങ്ങളായ സരസുകളും അനാമി കകളായ ദേവകന്യകളും സൈര്യമായി വാഴുന്ന ആ നന്ദനോദ്യാന

ത്താൽ ആകർഷിക്കപ്പെടാത്ത സാഹിത്യപ്രേമികളില്ല. മനുഷ്യൻ ഉപേ ക്ഷിച്ച പെൺകൊടിയെ പ്രകൃതി വളർത്തി വലുതാക്കുന്നു. അവളാണ് ശകുന്തള. പുരുഷന്റെ വഞ്ചനയുടെ സ്മാരകം കൂടിയാണ് *ശാകുന്തളം* എന്ന കൃതി. സ്ത്രീ പ്രണയത്തിന്റെ നിർമലഭാവങ്ങൾ നടത്തുന്ന രാസ ക്രീഡയാണ് കാളിദാസകൃതിയുടെ അന്തർധാര. മേഘജ്യോതിസു പോലെ തേജോമയമാണ് കാളിദാസകൃതികൾ. അതിനു കാരണം കാളി ദാസഭാവനയിൽ വിരിയുന്ന പ്രകൃതിയാണ്.

കാളിദാസൻ നിരവധി കൃതികൾ രചിച്ചിട്ടുണ്ട്. *വിക്രമോർവശീയം, മേഘദൂത്, ഋതുസംഹാരം, കുമാരസംഭവം, മാളവികാഗ്നിമിത്രം* തുടങ്ങി യവയാണവ. ആറു സർഗങ്ങളടങ്ങിയ *ഋതുസംഹാരത്തിന്റെ* പ്രതിപാ ദ്യം ഋതുക്കളാണ്. ഋതുക്കളും മനുഷ്യനുൾപ്പെടുന്ന ജീവഗണവും തമ്മി ലുള്ള ബന്ധത്തെയാണ് *ഋതുസംഹാരം* പ്രതിപാദിക്കുന്നത്.

ഗ്രീഷ്മം, വസന്തം, മൺസൂണുകൾ, ഹേമന്തം, ശരത്കാലം, ശിശിരം തുടങ്ങിയവയാണ് ആറു ഋതുക്കൾ. കാളിദാസകൃതികളിൽ താര തമ്യേന ചെറുതാണ് *ഋതുസംഹാരം.* ഋതുദേവകന്യമാരുടെ ഭാവഗീത മെന്നാണ് ഈ കൃതിയെ നിരൂപകർ വാഴ്ത്തുന്നത്. ഋതുക്കളെ പ്രണ യികളായി സങ്കൽപ്പിച്ചുകൊണ്ടാണ് ഈ കാവ്യം രചിക്കപ്പെട്ടിട്ടുള്ളത്. ഗ്രീഷ്മത്തിന്റെ സംഹാരതാണ്ഡവം ആവിഷ്കരിച്ചുകൊണ്ടാണ് ഈ കൃതി തുടങ്ങുന്നതുതന്നെ. 'കൊല്ലുന്ന ചൂടിനാൽ മാമരം വേവുന്നു' എന്ന് വൈലോപ്പിള്ളി തന്റെ *ജലസേചനം* എന്ന കൃതിയിൽ പരാമർശിക്കുന്ന ഗ്രീഷ്മച്ചൂടിന്റെ ഭീകരതയാണ് തുടക്കം. വെന്തുനീറുന്ന ഭൂമി ജലകണ ങ്ങൾക്കായി ദാഹിക്കുകയാണ്. എന്നാൽ വാത്സല്യനിധിയായ പ്രകൃതി മാമ്പഴം പോലുള്ള ഫലങ്ങൾ നൽകിയും നിലാക്കുളിരു നൽകിയും ഭൂമി കന്നിയെ സാന്ത്വനപ്പെടുത്തുന്നു. അതു കഴിഞ്ഞ് വർഷം വരികയാണ്. മേഘങ്ങളുടെ ഗർജനമുയരുന്നു. ലോകം ഉത്സവലഹരിയിലാവുന്നു. മഴ യുടെ ഉത്സവം. അതു കഴിഞ്ഞ് ഹേമന്തത്തിന്റെ ആഘോഷമായി. പിന്നെ ശിശിരകാലമായി. എന്നാൽ പാശ്ചാത്യരാജ്യങ്ങളിലെന്നപോലെ ശിശിരം നമുക്ക് അത്ര മാത്രം ഭീകരമല്ല. ഇന്ത്യയിൽ പർവത പ്രദേശത്തുമാത്ര മാണ് കൊടും ശൈത്യം അനുഭവപ്പെടുന്നത്. ശിശിരം കഴിഞ്ഞാൽ വസ ന്തദേവതയുടെ മദിരോത്സവമായി.

ഋതുസംഹാരത്തിന്റെ പ്രമേയം

ഋതുക്കൾ പ്രകൃതിയിലും ജീവജാലങ്ങളിലും സൃഷ്ടിക്കുന്ന മാറ്റ ങ്ങളെ സൂക്ഷ്മമായും സവിശേഷമായും വിശദമാക്കുന്ന കൃതിയാണ് *ഋതുസംഹാരം.* ഗ്രീഷ്മച്ചൂടിൽ വെന്തുനീറുന്ന ഭൂമിയിലെ ജീവജാലങ്ങ ളെല്ലാം തന്നെ വേഴാമ്പൽ പക്ഷികളെപ്പോലെ വാനത്തേക്കു നോക്കുന്നു. പ്രകൃതിയുടെ ഒരുതുള്ളി നീരിനായി മൃഗങ്ങൾ മറ്റു ജീവികളോടുള്ള വൈരം മറക്കുന്നു. ശക്തിയുള്ളവൻ ദുർബലനെ ആക്രമിക്കുന്നില്ല. കാരണം അവർക്കു ദാഹിക്കുന്നു. സർവർക്കും ദാഹിക്കുന്നു. സുന്ദരിക

ഈയ യുവതികൾ തങ്ങളുടെ പ്രിയതമന്മാരുടെ പ്രണയത്തെ ഉണർ
ത്താൻ പലവഴികൾ നോക്കുന്നു. വിഫലം! കാരണം, 'പുക'യുന്ന ചൂടി
നാൽ പുരുഷന്മാർ നിസ്സംഗമായി ശയിക്കുന്നു. ഗ്രീഷ്മജ്വാലയിൽ വെന്ത്
നന്ദനവനങ്ങൾ നശിക്കുന്നു–കാട്ടുതീയുടെ പ്രളയം.

അനന്തരം വരുന്നത് വർഷഋതുവാണ്. ഇടിമിന്നലുകളുടെ ഓർക്കസ്ട്ര.
ശ്യാമമേഘങ്ങളുടെ വന്യതാണ്ഡവം. ഏറെ കാത്തിരുന്ന് അവസാനം
മഴ വരവായി. തല തല്ലിത്തിമിർക്കുന്ന നദീമുഖങ്ങളിലേക്ക് പർവത
ങ്ങളിൽ നിന്നും ഇറങ്ങിവരുന്ന കാട്ടാറുകളുടെ അണമുറിയാത്ത
പ്രവാഹം. കിണറുകളും തോടുകളും കായലുകളും പാടങ്ങളും നിറ
ഞ്ഞുകവിയുന്നു. മയിലുകൾ ആനന്ദനൃത്തം ചെയ്യുന്നു. കാട്, ഭൂമിക്കു
മുകളിലായി ഹരിതാഭമായ ചക്കരപ്പന്തൽ ഉയർത്തുന്നു. നവവധുക്കൾ
ഇടിമിന്നലിനെ ഭയന്ന് തങ്ങളുടെ ഭർത്താക്കന്മാരുടെ സമീപത്തേക്കോ
ടുന്നു. സഞ്ചാരികളായ ഭർത്താക്കന്മാരുടെ കാമിനികൾ വിഷാദവതിക
ളായിരിക്കുന്നു. ഭൂമി നവോഢയെപ്പോലെ നൃത്തം ചെയ്യുമ്പോൾ അവർ
നമ്രശിരസ്കരായിരിക്കുന്നു. സുഗന്ധതൈലങ്ങൾ പൂശിയും മുടിയിൽ
സുരഭീദലപുഷ്പങ്ങൾ ചൂടിയും നവവധുക്കൾ തങ്ങളുടെ പ്രിയതമന്മാരെ
കാത്തിരിക്കുന്നു.

വർഷഋതുവിനുശേഷം ശരത്കാലത്തിന്റെ ആഗമനമാണ്. രത്നാ
ഭരണങ്ങളണിഞ്ഞ പുതുകന്യകയായിട്ടാണ് കാളിദാസൻ ഹേമന്തത്തെ
വർണിക്കുന്നത്. ഹംസങ്ങളും പൂക്കളും നിറഞ്ഞാടുന്ന പ്രകൃതി. എങ്ങും
പതയുന്ന വെൺമ. പാൽനുര ചിന്തിക്കൊണ്ട് ശാന്തമായൊഴുകുന്ന നദി
കൾ. പ്രകൃതി എല്ലാറ്റിനെയും ശുഭ്രവസ്ത്രമണിയിക്കുന്നു. ഇളംകാറ്റ്

താമരക്കുളത്തിൽ ചാമരംവീശുന്ന ഹേമന്തരാവുകൾ പ്രണയകാലമാണ്. അരയന്നങ്ങൾ ചിറകുവിടർത്തിക്കളിക്കുകയും താമരപ്പൂക്കൾ വിരിഞ്ഞു നിൽക്കുകയും ചെയ്യുന്ന തടാകങ്ങളിലേക്കുനോക്കി, കാമിനിമാരെ പിരി ഞ്ഞിരിക്കുന്ന സഞ്ചാരികൾ കണ്ണീർവാർക്കുന്നു.

ശരത്ഋതുവിനുശേഷമാണ് ഹേമന്തഋതു വരുന്നത്. അത് കഴി ഞ്ഞാൽ ശിശിരഋതു. അതും കഴിഞ്ഞാൽ വസന്തഋതു. ഗന്ധർവകാമു കന്മാർ കാമിനിമാരെ തൊട്ടുണർത്തുന്നപോലെയാണ് ഋതുക്കൾ ഭൂമിയെ പുഷ്പിണികളാക്കുന്നതെന്ന് കാളിദാസൻ ഈ കൃതിയിൽ വിഭാവനം ചെയ്യുന്നു. ധീരോദാത്തനായ ഒരു യോദ്ധാവിനെപ്പോലെയാണ് വസന്തം വരുന്നത്. വസന്തത്തിന്റെ ആഗമനത്തോടെ സർവഹൃദയങ്ങളും തുടി കൊട്ടുന്നു. രാക്കുയിലുകൾ ഇണപക്ഷികൾക്കു മുത്തംനൽകുന്നു തേൻപൂക്കൾ ശലഭങ്ങൾക്കായി കാത്തുനിൽക്കുന്നു. തങ്ങളുടെ കാമു കിമാരുടെ വദനങ്ങളെ അനുസ്മരിപ്പിക്കുന്ന വനപുഷ്പങ്ങൾകണ്ട് കാമു കന്മാർ വിസ്മയംകൊള്ളുന്നു. നവോഢയെപ്പോലെ ഭൂമി അരുണവസ്ത്ര മണിഞ്ഞുനിൽക്കുന്നു. ഇങ്ങനെ പ്രകൃതിയിൽ ഋതുക്കൾ സൃഷ്ടിക്കുന്ന മാറ്റങ്ങളെ ഇത്ര മനോഹരവും സൂക്ഷ്മവുമായി ആവിഷ്കരിക്കുന്ന കൃതി ലോകസാഹിത്യത്തിൽ തന്നെ അപൂർവമാണ്.

കാളിദാസന്റെ മറ്റൊരു മഹത്തായ കൃതിയാണ് *മേഘദൂത്*. രാമഗി രിയിലേക്ക് നാടുകടത്തപ്പെട്ട യക്ഷൻ അനുഭവിക്കുന്ന പത്നീവിരഹമാണ് പശ്ചാത്തലം. മേഘത്തിന്റെ അടുത്ത് തന്റെ പ്രാണസഖികൾക്കായി സന്ദേശംനൽകുകയാണ് യക്ഷൻ. ഇന്ത്യയുടെ പ്രകൃതിവിസ്തൃതി യെയും അതിൽ നിറഞ്ഞുനിൽക്കുന്ന വിസ്മയങ്ങളെയും നദികളെയും ദേശങ്ങളെയും സുന്ദരമായി വർണിക്കുന്ന കൃതിയാണിത്.

അതിമനോഹരമായ പ്രകൃതിവർണനയാണ് കാളിദാസന്റെ *കുമാ രസംഭവത്തിലും* ഉള്ളത്. ഇതിലെ ഹിമാലയവർണന ഇതിന് മികച്ച ദൃഷ്ടാന്തമാണ്. ഷേക്സ്പിയർക്കു സമാനമായ സ്ഥാനമാണ് ലോകം കാളിദാസനു നൽകിയിട്ടുള്ളത്. എന്നാൽ പ്രകൃതിയെ അതിന്റെ സമഗ്ര ഭാവത്തിലും സൗന്ദര്യത്തിലും ആവിഷ്കരിക്കാൻ കാളിദാസനുള്ള പ്രതിഭ ഷേക്സിപിയറെ അതിശയിക്കുന്നതാണെന്നു പറയാതെ നിവൃത്തിയില്ല. "പുതുവർഷത്തിലെ പൂക്കളും ആണ്ടറുതിയിലെ ഫലങ്ങളും ആത്മാ വിനു മോഹത്തെയും ഹർഷാനുഭൂതിയെയും നിർവൃതിയെയും സംതൃ പ്തിയെയും ജനിപ്പിക്കുന്ന സർവതും–എന്നു വേണ്ട ഭൂമിയും സ്വർഗവും– അതാണു *ശാകുന്തളം*. അതിൽ എല്ലാം ഉൾച്ചേർന്നിരിക്കുന്നു" വെന്നാണ് സാഹിത്യകാരൻ ഗെയ്ഥെ *ശാകുന്തളത്തെക്കുറിച്ച്* പറഞ്ഞിരിക്കുന്നത്.

കാളിദാസന്റെ കാലഘട്ടം എ ഡി 4,5 നൂറ്റാണ്ട് ആണെന്ന് പറയ പ്പെടുന്നു. ചന്ദ്രഗുപ്തവിക്രമാദിത്യന്റെ കൊട്ടാരസദസിലെ കവിയായി രുന്നു ഇദ്ദേഹമെന്ന് അനുമാനിക്കപ്പെടുന്നു. ക്ലാസിക്കൽ സംസ്കൃതത്തി ലാണ് ഇദ്ദേഹം തന്റെ വിഖ്യാതരചനകൾ നടത്തിയിട്ടുള്ളത്. ഉജ്ജയി നിയായിരുന്നു ചന്ദ്രഗുപ്തന്റെ തലസ്ഥാനം. അതിസുന്ദരനായ കാളിദാ

സനെ കണ്ട് മോഹിത യായ ഒരു രാജകുമാരി, പക്ഷേ, ബുദ്ധിയില്ലാത്ത തിനാൽ കാളിദാസനെ തിരസ്കരിച്ചത്രെ. അന ന്തരം ദാസൻ കാളീദേവ തയെ ഉപാസിച്ചെന്നും അങ്ങനെ ഉജ്ജ്വല പ്രതി ഭയും ബുദ്ധിശക്തിയും കാളിദാസനു കൈവന്നു വെന്നുമാണ് ഐതിഹ്യം.

കാളിദാസന്റെ കൃതി കളിൽനിന്ന് സ്പഷ്ടമായി ഒന്നും തന്നെ നമുക്ക് ഇദ്ദേ ഹത്തിന്റെ ജീവിതത്തെ ക്കുറിച്ചറിയാൻ പര്യാപ്ത മല്ല. എന്തായിരുന്നാലും ഉന്നതമായ വിദ്യാഭ്യാസ മൊന്നും നേടിയ വ്യക്തി യായിരുന്നില്ല കാളിദാ സനെന്നുവേണം അനുമാ നിക്കാൻ.   കാരണം,

ഉയർന്നതും വ്യവസ്ഥാപിതവുമായ വിദ്യാഭ്യാസം നേടിയവർക്ക് അപ്രാ പ്യമായ ഭാവനയുടെ അപ്രമേയലോകമാണ് ഈ കവിഗന്ധർവൻ സൃഷ്ടി ച്ചത്. ഉജ്ജയിനിയിലെ വിക്രമാദിത്യന്റെ കൊട്ടാരസദസിനെ അലങ്കരിച്ച കാളിദാസൻ ഏവർക്കും പ്രിയങ്കരനായിരുന്നത്രെ. മിത്തുകളുടെ നിത്യ വിസ്മയമാണ് കാളിദാസകൃതികളെല്ലാം തന്നെ നമുക്ക് നൽകുന്നത്. ഇന്ദ്രിയ ഗോചരമായ പ്രകൃതിയെ ഇത്ര സമൃദ്ധമായി വർണിച്ച കവി കൾ വിരളമാണ്. സമുദ്രങ്ങളും പർവതങ്ങളും എന്നുവേണ്ട പ്രകൃതി യുടെ നിത്യഭാസുരമായ എല്ലാം കാളിദാസകൃതികളിൽ കടന്നുവരുന്നു ണ്ട്. ഇന്ത്യൻ സാഹിത്യത്തിൽ അദ്ദേഹം ചെലുത്തിയ സ്വാധീനം അഗാ ധമാണ്. സ്ത്രീ പുരുഷ പ്രണയത്തിന്റെ തീക്ഷ്ണത രമണീയമായി ആവിഷ്കരിച്ച കാളിദാസന്റെ കൃതികൾ വിവിധ ഭാഷകളിലേക്ക് വിവർത്തനം ചെയ്യപ്പെട്ടിട്ടുണ്ട്. അദ്ദേഹം രചിച്ച നാടകങ്ങൾ എത്രയോ അരങ്ങുകളിൽ ആവിഷ്കരിക്കപ്പെട്ടിട്ടുണ്ട്. മിത്തുകളും ഐതിഹ്യങ്ങ ളുമെല്ലാം കാളിദാസകൃതികളിൽക്കൂടി ജന്മാന്തര സഞ്ചാരം നട ത്തുകയാണ്. ഇന്നും പാശ്ചാത്യരായ സാഹിത്യപ്രേമികൾ കാളിദാസ കൃതികൾ വായിക്കുന്നു. നാടകങ്ങൾ അരങ്ങിൽ സാക്ഷാത്കരിക്കുന്നു.

7

പ്രകൃതിയുടെ നിർമലതയിൽ വിതുമ്പിയ മഹായോഗി ശ്രീ നാരായണഗുരു

ശ്രീനാരായണഗുരു പ്രകൃതിസ്നേഹിയായിരുന്നോ എന്ന് വായനക്കാർക്ക് സംശയമുണ്ടാവാം. സ്നേഹം എന്ന ഭാവത്തിന് നാം നൽകി വന്ന അർഥകൽപ്പനയാണ് ഇത്തരമൊരു സംശയ (ഉണ്ടെങ്കിൽ) ത്തിനു കാരണം. കാളിദാസൻ പ്രകൃതിയുടെ അനന്തവൈചിത്ര്യത്തെ അതിമനോഹരമായും സ്ഥൂലമായും ആവിഷ്കരിച്ചു. പ്രകൃതിയെ ആരാധിക്കുന്നതിനു പകരം ആവിഷ്കരിക്കുകയായിരുന്നു കാളിദാസൻ. ടാഗോർ പ്രകൃതിയെ അദൃശ്യനും വിദൂരസ്ഥനുമായ കാമുകനെയെന്നപോലെ പ്രണയിച്ചു, ഉപാസിച്ചു. തന്റെ പ്രതിഭയെ മുഴുവൻ പ്രകൃതിക്ക് അർപ്പിച്ചു. ആ അർഥനാഗീതങ്ങളാണ് ടാഗോർ കവിതകൾ. നെരൂദയ്ക്കു ലഹരിയായിരുന്നു പ്രകൃതി. പ്രകൃതിനൽകുന്ന വിരഹഭാവവും ഏകാന്തതയും ആ പ്രതിഭയെ മത്തു പിടിപ്പിച്ചു. വൈലോപ്പിള്ളി പ്രകൃതിയെ മാനവികസം

ശ്രീ നാരായണഗുരു

സ്കാരത്തിന്റെ ലോകത്തേക്ക് ആനയിച്ച് അതിനെ വിശകലനംചെയ്തു. ശ്രീനാരായണഗുരു പ്രകൃതിയെ ആരാധിച്ച ലോകം കണ്ടതിൽ വെച്ചേ റ്റവും മഹാനായ യോഗിയായിരുന്നു. നിർമലമായ പ്രകൃതിയെ തീക്ഷ്ണ മായി സ്നേഹിച്ചാൽ അതാരാധനയാവും. ഏതുതരം സ്നേഹവും കടുത്തതാവുമ്പോൾ അതിന് ആരാധനയുടെ രൂപഭാവങ്ങൾ കൈവരും. അപ്പോൾ എല്ലാ യോഗികളും പ്രകൃതിയെ സ്നേഹിച്ചവർ അല്ലേ എന്ന സംശയം വരും. പക്ഷേ, പ്രകൃതിക്കും മനുഷ്യനുമിടയിൽ പല മതിലു കളും സൃഷ്ടിക്കപ്പെടുമ്പോൾ പ്രകൃതിസ്നേഹം അസാധ്യമാവും. മത ത്തിന്റെയും ആചാരങ്ങളുടെയും വേദപ്രമാണങ്ങളുടെയും മതിലുകൾ പല യോഗികളുടെയും പ്രകൃതിസ്നേഹത്തെ അസാധ്യമാക്കിത്തീർത്തി ട്ടുണ്ട്. ശങ്കരാചാര്യൻ, അദ്വൈതം പ്രചരിപ്പിച്ചപ്പോഴും മതാചാരങ്ങൾ കർശനമായി പിന്തുടർന്നു. ഇത്തരം ആചാരങ്ങളുടെയും പ്രമാണങ്ങളു ടെയും അതിർവരമ്പുകളില്ലാത്ത പ്രകൃതിയുടെ അനന്തതയിലും ആ അനന്തവൈചിത്ര്യത്തെ മോഹനമാക്കുന്ന ഏകത്വത്തിലും വിശ്വസിച്ച മഹാനായിരുന്നു ശ്രീനാരായണഗുരു.

ഒരു പാവനഹൃദയം വിടരുന്നു....

1856 ലാണ് തിരുവനന്തപുരത്തിനടുത്ത് ചെമ്പഴന്തിയെന്ന മനോ ഹര ഗ്രാമത്തിൽ തേജസ്വിയായ ഒരു കുഞ്ഞു പിറന്നത്. മാടനാശാന്റെയും കുട്ടിയമ്മയുടെയും പുത്രനായിരുന്നു അത്. കുട്ടിക്ക് നാണുവെന്ന് അച്ഛ നമ്മമ്മാർ പേരിട്ടു. സംസ്കൃതവും ജ്യോതിഷവും ആയുർവേദവുമൊക്കെ അറിയാമായിരുന്ന മാടനാശാൻ, കൊച്ചുനാണുവിന് കുട്ടിക്കഥകൾ പറ ഞ്ഞുകൊടുക്കും. *രാമായണത്തിലെയും മഹാഭാരതത്തിലെയും കഥകൾ* മുതൽ തന്റെ കൊച്ചുഗ്രാമത്തിന്റെ കഥകൾവരെ അച്ഛൻ മകനു പറ ഞ്ഞുകൊടുക്കും. ചെമ്പഴന്തിയെന്ന സുന്ദരമായ ഗ്രാമത്തിലെ മണക്കൽ ക്ഷേത്രത്തിനു സമീപമുള്ള വയൽവാരത്തു വീട്ടിലാണ്, കൊല്ലവർഷം 1032(1856 ചിങ്ങമാസത്തിൽ)നാണു ജനിച്ചത്. കണ്ടാൽ കുളിരുകോരുന്ന വനഭൂമിയായിരുന്നു അന്ന് ചെമ്പഴന്തിഗ്രാമം. നെന്മണികൾ വിളഞ്ഞു നിൽക്കുന്ന വയലേലകൾ. സമൂഹത്തിലെ ഏറ്റവും പാവപ്പെട്ടവരായി രുന്നു ആ ഗ്രാമവാസികൾ. കുറെ പ്രമാണിമാർ ഒഴിച്ചാൽ ബാക്കിയെ ല്ലാവരും സാധുജനങ്ങളായിരുന്നു. നാണുവിന്റെ തറവാടായ വയൽവാ രത്തുവീടിന്റെ അഭിമാനമായിരുന്നു നാണുവിന്റെ അമ്മാവനായ കൊച്ച നാശാൻ. ബ്രഹ്മചാരിയും നല്ലവനുമായ കൊച്ചനാശാനെ ആ ഗ്രാമവാ സികൾ ഒന്നടങ്കം ആദരിച്ചിരുന്നു. അവരുടെ ആരാധ്യപുരുഷനായിരുന്നു അദ്ദേഹം. നാണുവിന്റെ അമ്മയുടെ പേർ കുട്ടിയമ്മയെന്നാണെന്ന് പറ ഞ്ഞുവല്ലോ. പരമഭക്തയും സദ്ഗുണസമ്പന്നയുമായിരുന്നു, ആ സ്ത്രീ. നാണുവിന്റെ ജീവിതത്തിലെ ഏറ്റവും വലിയ പ്രചോദനമായിരുന്നു കുട്ടി യമ്മ. അവരാണ് സ്നേഹത്തിന്റെയും സാഹോദര്യത്തിന്റെയും ആദ്യ പാഠങ്ങൾ നാണുവിന് പകർന്നു നൽകിയത്.

ചെമ്പഴന്തിയിലെ വയൽവാരത്ത് വീട് – ഗുരുവിന്റെ ജന്മഗൃഹം

കുട്ടിക്കാലത്തുതന്നെ അസാധാരണമായ ബുദ്ധിവൈഭവം പ്രകട മാക്കിയിരുന്നു നാണു. തൊട്ടുകൂടായ്മയും തീണ്ടിക്കൂടായ്മയും നില നിന്നിരുന്ന അക്കാലത്ത് സവർണരെ തൊട്ട് അശുദ്ധമാക്കുകയെന്നത് നാണുവിന് ഒരു രസമായിരുന്നു. പൂജയ്ക്കുവേണ്ടി തയാറാക്കിവെച്ച പഴ ങ്ങളും മറ്റും പൂജയ്ക്കുമുമ്പുതന്നെ നാണു അകത്താക്കും. താൻ സന്തോ ഷവാനായാൽ ദൈവവും സന്തോഷവാനാകും എന്നായിരുന്നു ഇതിന് നാണു നൽകിയ ന്യായീകരണം. ഒരുദിവസം തന്റെ സതീർഥ്യർക്കൊപ്പം നാണു സ്കൂളിലേക്കുപോവുകയായിരുന്നു. അപ്പോൾ റോഡിലൂടെ നട ന്നുപോകുകയായിരുന്ന ഒരു സന്യാസിയെ തന്റെ കൂട്ടുകാർ ഉപദ്രവിച്ചു. സന്യാസിയത് കണക്കാക്കിയതേ ഇല്ല. കൊച്ചുനാണുവിന്റെ കണ്ണുകൾ ഈറനണിഞ്ഞു. ആ സന്യാസിവര്യൻ കൊച്ചുനാണുവിനെ എടുത്ത് ആശ്വസിപ്പിച്ചു. ഹിംസ കാണുന്നതു തന്നെ സഹിക്കുമായിരുന്നില്ല നാണുവിന്. കൊച്ചുനാളിൽ കുടുംബത്തിൽ ഒരു മരണമുണ്ടായതിനെ തുടർന്ന് നാണു വീടുവിട്ടിറങ്ങി. എവിടെയാണെന്ന് ആർക്കുമറിയില്ല. അവസാനം നാണുവിനെ തേടിപ്പിടിച്ചു. ഒരു വലിയ മരത്തിന്റെ ചുവ ട്ടിൽ ഇരിക്കയാണ് നാണു. ലൗകികജീവിതത്തിന്റെ ക്ഷണികതയും ജഡ മായ ആചാരങ്ങളും മനുഷ്യരുടെ കാപട്യങ്ങളും ക്രൂരതകളും സമൂഹ ത്തിലെ അസമത്വങ്ങളും നാണുവിന്റെ ഹൃദയത്തെ വളരെയേറെ ദു:ഖിപ്പി ച്ചു.

ഇന്നത്തെ തിരുവനന്തപുരം ഉൾപ്പെടുന്ന പ്രദേശം അന്നറിയപ്പെ ട്ടത് തിരുവിതാംകൂർ എന്ന പേരിലാണ്. ഉത്രംതിരുനാൾ മാർത്താണ്ഡ

വർമ്മയായിരുന്നു അന്നത്തെ തിരുവിതാംകൂർ രാജാവ്. ഈ രാജാവിനു മുമ്പ് തിരുവിതാംകൂർ ഭരിച്ചത് സ്വാതിതിരുനാൾ ആയിരുന്നു. സംഗീത പ്രേമിയും സഹൃദയനുമായിരുന്നു സ്വാതിതിരുനാൾ. അദ്ദേഹത്തിന്റെ കാലത്താണ് തിരുവിതാംകൂറിൽ ഇംഗ്ലീഷ് വിദ്യാഭ്യാസം നടപ്പിലാക്കി യത്. നാണുവിന് ഇംഗ്ലീഷ് വിദ്യാഭ്യാസം ലഭിച്ചില്ലെങ്കിലും സംസ്കൃത ത്തിലും മലയാളത്തിലും നല്ല അറിവ് ലഭിച്ചിരുന്നു. *സിദ്ധരൂപം, ബാല പ്രബോധനം, അമരകോശം* തുടങ്ങിയ ഗ്രന്ഥങ്ങളെല്ലാം കുട്ടിക്കാലത്തു തന്നെ നാരായണഗുരു ഹൃദിസ്ഥമാക്കിയിരുന്നു. എന്നാൽ ഇതിനെല്ലാ മുപരി പ്രകൃതിയെ അതിരറ്റു സ്നേഹിച്ച കുട്ടിയായിരുന്നു നാണു. തന്റെ പഠനസമയം കഴിഞ്ഞാൽ നാണു നിറഞ്ഞ വനത്തിലേക്കു പോകും. പശു ക്കളെ മേയ്ക്കുക നാണുവിന്റെ ജോലികളിൽ ഒന്നായിരുന്നു. അതിനിട യിൽ മരക്കൊമ്പിലിരുന്ന് നീലവാനത്തിൽ നോക്കിയിരിക്കും. ഇടതൂർന്ന് വളർന്ന കാടുകളുടെ ഹരിതശോഭ കൊച്ചുനാണുവിന് ഏറെ പ്രിയമാ യിരുന്നു. കൂട്ടുകാരൊത്ത് കളിക്കുന്ന പ്രകൃതം കുട്ടിക്കാലത്തേ നാണു വിനുണ്ടായിരുന്നില്ല. എപ്പോഴും മനോരഥസഞ്ചാരത്തിലായിരിക്കും. ആകാശത്തിന്റെ അപാരതയിലാണ് സഞ്ചരിച്ചത്. ചെടികളെ നാണുവിന് ഏറെ ഇഷ്ടമായിരുന്നു. ഗുരുദേവൻ വെറ്റിലക്കൊടി വളർത്തിയതിനെ പ്പറ്റി കുമാരനാശാൻ പിൽക്കാലത്ത് ഓർമിക്കുന്നുണ്ട്.

ഏകാകിയുടെ പ്രകൃത്യുപാസന

ജന്മനാ ഏകാകിയായിരുന്നു നാണു. വളരുന്നതിനനുസരിച്ച് ഈ ഭാവവും വളർന്നുവന്നു. ചെടികൾക്കും പൂക്കൾക്കും ഇടയിലൂടെ ഏറെ നടക്കും. വിളഞ്ഞുനിൽക്കുന്ന വയലിൻവരമ്പിലൂടെ മനോരാജ്യത്തിൽ മുഴുകിനടക്കും. വയലിന്റെ പച്ചപ്പ് നാണുവിന് ഇഷ്ടമായിരുന്നു. കുട്ടി ക്കാലത്തുതന്നെ കൃഷിയിൽ ആകൃഷ്ടനായിരുന്നു നാണു. തന്റെ പഠ നസമയം കഴിഞ്ഞാൽ അച്ഛനെ കൃഷിപ്പണിയിൽ സഹായിക്കുമായിരുന്നു കൊച്ചുനാണു. നാണുവിന് ഔപചാരികമായ സംസ്കൃത വിദ്യാഭ്യാസം ലഭിക്കുന്നത് പുതുപ്പള്ളി കുമ്മംപള്ളിൽ രാമൻപിള്ള ആശാനിൽനിന്നു മാണ്. കരുനാഗപ്പള്ളിയായിരുന്നു അദ്ദേഹത്തിന്റെ സ്വദേശം. അവിടെ രണ്ടു വർഷക്കാലം സംസ്കൃതം പഠിച്ച് തിരിച്ചെത്തിയ നാണു കുറച്ചു കാലം കുട്ടികളെ പഠിപ്പിച്ചിരുന്നു. അങ്ങനെയാണ് നാണുവാശാൻ എന്ന പേര് അദ്ദേഹത്തിനു ലഭിക്കുന്നത്. ഇക്കാലമാവുമ്പോഴേക്കും ലൗകിക ജീവിതത്തിൽനിന്നും നാണുവിന്റെ മനസ്സ് നീലാകാശപ്പരപ്പിലേക്കും നക്ഷ ത്രങ്ങളിലേക്കും അകലുകയായിരുന്നു. പ്രകൃതിയുടെ അപാരതയും സ്വച്ഛ ന്ദതയും നാണുവിനെ കീഴടക്കുകയായിരുന്നു. പ്രപഞ്ചത്തിന്റെ ബാഹ്യ സൗന്ദര്യം നാണുവിനിഷ്ടമായിരുന്നെങ്കിലും അതിൽ രമിക്കാനല്ല, അഭൗ മമായ അതിന്റെ ആന്തരികതയെ ആരാധിക്കാനായിരുന്നു ഇഷ്ടം. പൂക്ക ളെയും പക്ഷികളെയും മേഘശകലങ്ങളെയും സ്നേഹിച്ച നാണുവിന്റെ ഹൃദയം അദൃശ്യമായ എന്തോ ഒന്നിനെ തേടിക്കൊണ്ടിരിക്കയായിരുന്നു.

ആകാരസൗഷ്ഠവംകൊണ്ട് അനുഗൃഹീതനായിരുന്നു നാണു. സ്വതവേ സൗമ്യനും ശാന്തപ്രകൃതനുമായ നാണുവിനെ എല്ലാവർക്കും ഇഷ്ടമാ യിരുന്നു. അമ്മയുടെ സ്നേഹഭാജനമായിരുന്നുവെന്ന് വിശേഷിച്ചുപറ യേണ്ടതില്ല. നാണുവിന്റെ കൊച്ചുന്നാളിലെ കുസൃതികൾകണ്ട് ചിരിക്കാ നല്ലാതെ ആ വാത്സല്യനിധിക്ക് തന്റെ അരുമമകനെ ശാസിക്കാൻപോലും കഴിഞ്ഞിരുന്നില്ല. അച്ഛനും തന്റെ മകനെ ശിക്ഷിക്കാതെയാണ് വളർത്തി യത്. എന്തിനു ശിക്ഷിക്കണം. യാതൊരു ദുശ്ശീലങ്ങളുമില്ലാത്ത മകൻ. മാത്രമല്ല, വളരെ ചെറുപ്പത്തിൽത്തന്നെ കാവ്യങ്ങളും വ്യാകരണവും വേദ തത്വങ്ങളും ഹൃദിസ്ഥമാക്കിയിരിക്കുന്നു. അലൗകികമായ ഏതോ ശക്തി ആവാഹിച്ചതുപോലെ സദാ ധ്യാനനിരതനായിരുന്ന നാണുവിന്റെ അമി തമായ സൗമ്യതയിൽ രക്ഷിതാക്കൾ അസ്വസ്ഥരായിരുന്നു. ബാല്യസ ഹജമായ കുസൃതികളൊക്കെ ഉണ്ടായിരുന്നെങ്കിലും എല്ലാറ്റിലും ഒരു അച്ചടക്കമുണ്ടായിരുന്നു. വെളുപ്പിന് എഴുന്നേറ്റ് കുളികഴിഞ്ഞ് അടു ത്തുള്ള ക്ഷേത്രത്തിൽ പോയി തൊഴുതുമടങ്ങും. 14-ാമത്തെ വയസിൽ തന്നെ 'നാണുഭക്തൻ' എന്ന പേരും ലഭിച്ചു. കാരണം ക്ഷേത്രത്തിൽ പോയാൽ വെറുതെ തൊഴുകയല്ല. ആത്മസമർപ്പണത്തോടെയുള്ള ആരാ ധന. കൂട്ടുകാരുമൊത്തു വെളിയിൽ പോവുമെങ്കിലും അവരാരും കാണാതെ നാണു അപ്രത്യക്ഷനാവും. തിരഞ്ഞുവരുന്ന കൂട്ടുകാർ കാ ണുന്നത് ഏകാന്തമായ ഏതെങ്കിലും വൃക്ഷഛായയിൽ പ്രാർഥനാ നിര തനായിരിക്കുന്നതാണ്.

പതിനഞ്ചാമത്തെ വയസിനുമുമ്പുതന്നെ നാണുവിന് അമ്മ നഷ്ട പ്പെട്ടു. അതിനുശേഷം കൃഷ്ണവൈദ്യർ എന്നു പേരായ അമ്മാവനാണ്

മരുത്വാമല

നാണുവിന്റെ കാര്യങ്ങൾ ശ്രദ്ധയോടെ നോക്കിയിരുന്നത്. പ്രശസ്തനായ ഒരു ആയുർവേദഭിഷഗ്വരൻ കൂടിയായിരുന്നു കൃഷ്ണവൈദ്യർ. കൃഷ്ണ വൈദ്യരാണ് നാണുവിനെ സംസ്കൃതം പഠിപ്പിക്കാൻ വേണ്ടി രാമൻപിള്ള ആശാന്റെയടുത്ത് പറഞ്ഞയച്ചത്. ഉയർന്നജാതിയിൽപ്പെട്ട ആളായിരുന്നു രാമൻപിള്ള ആശാൻ. താഴ്ന്നതെന്നു മുദ്രകുത്തപ്പെട്ട ഈഴവസമുദായ ത്തിൽ പിറന്ന നാണുവിന് ഗുരുമുഖത്തുനിന്ന് വിദ്യയാർജിക്കാൻ ഗുരു വിന്റെ ഭവനത്തിനു പുറത്തിരിക്കേണ്ടിവന്നു. എന്നാൽ പഠിക്കാൻ അതി സമർഥനായിരുന്ന കൊച്ചുനാണു, മറ്റുകുട്ടികളേക്കാൾ വേഗത്തിലും ആഴ ത്തിലും പാഠങ്ങൾ ഹൃദിസ്ഥമാക്കി. തർക്കശാസ്ത്രത്തിലും തത്വശാ സ്ത്രത്തിലും മികച്ച പ്രാവീണ്യം നേടി. ദുഷ്കരമായ പല താത്വികപ്രശ്ന ങ്ങളും നാണു അനായാസമായി വ്യാഖ്യാനിക്കുന്നതു കണ്ട് പണ്ഡിത ശ്രേഷ്ഠനായ ഗുരുപോലും വിസ്മയംപൂണ്ടു. സംസ്കൃതകാവ്യങ്ങ ളെല്ലാം മന:പാഠമായിരുന്നു നാണുവിന്. വളരെ ചെറുപ്പത്തിൽ തന്നെ ഒരു മഹാമനീഷിയുടെ ഓജസും വ്യക്തിത്വവും നാണുവിൽ സ്ഫുരി ക്കുകയായിരുന്നു. ആയിരമായിരം വർഷങ്ങളിൽ ലോകം ജന്മം നൽകുന്ന അപൂർവം വ്യക്തിത്വങ്ങളിലൊന്ന്. തങ്ങളുടെ കൂട്ടുകാരൻ അസാധാരണ വ്യക്തിയാണെന്ന് നാണുവിന്റെ സഹപാഠികൾ മനസിലാക്കിയിരുന്നു. വേദോപനിഷത്തുകളിൽ നാണുവിന് സവിശേഷ പ്രാവീണ്യം ഉണ്ടായി രുന്നു. എന്നാൽ യൗവന പ്രഭയിൽ കുളിച്ചുനിൽക്കുന്ന തേജോമയമായ ഒരു വ്യക്തിത്വം മുതിർന്ന ഒരു താപസന്റെ വ്യക്തിപ്രഭാവം പ്രതിഫലി പ്പിക്കുന്നത് രക്ഷിതാക്കൾക്ക് താങ്ങാൻ കഴിയുന്നതായിരുന്നില്ല. നാണു വിന്റെ ഏകാന്തതയ്ക്കും അമിതമായ ആത്മീയപ്രഭാവത്തിനും 'മരു ന്നായി' അവർ കണ്ടത് വിവാഹമായിരുന്നു. നാണുവിനെ വിവാഹം കഴി പ്പിക്കാൻ അവർ തീരുമാനിച്ചു. അത് നാണുവിന് സ്വീകാര്യമായിരുന്നില്ല. എന്നാൽ അച്ഛനമ്മമാരുടെയും ബന്ധുമിത്രാദികളുടെയും അഭിലാഷ ങ്ങളെ നിഷേധിക്കാനും നാണുവിനു കഴിഞ്ഞില്ല. നാണു വിവാഹിത നായി. മതാചാരമനുസരിച്ചുതന്നെ നാണു വിവാഹിതനായി. പക്ഷേ ആ വിവാഹം, പേരിനുമാത്രമുള്ളതായിരുന്നു. ദാമ്പത്യജീവിതത്തിന്റെ സ്വാഭാ വികത അതിനുണ്ടായിരുന്നില്ല. ലൗകിക ജീവിതത്തിൽ ആകൃഷ്ടനല്ലാ തിരുന്ന നാണുവിന് വിവാഹം അസ്വസ്ഥത വർധിപ്പിച്ചതേ ഉള്ളൂ. ഇതി നിടയിൽ നാണുവിന്റെ അമ്മ ഈ ലോകത്തോടു യാത്ര പറയുകയും ചെയ്തു. ഏറെക്കഴിയുന്നതിനുമുമ്പ് പിതാവും മരിച്ചു. സിദ്ധാർഥരാജ കുമാരനെപ്പോലെ നാണു തന്റെ വീടും നാടും ഉപേക്ഷിക്കാൻ തയാ റായി. കളിച്ചുവളർന്ന നാട്. സ്നേഹിച്ചുതീരാത്ത അമ്മയുടെ സാന്നിധ്യം നിറഞ്ഞുനിൽക്കുന്ന വീട്. ഒരു ദിനം എല്ലാം വിട്ട് പോവുകയാണ്. എവി ടേക്ക്? ആരാണ് കൂട്ട്? എന്താണു ലക്ഷ്യം? ഒന്നും വ്യക്തമല്ല. പക്ഷേ ഒന്നുണ്ട്; മഹത്തായ ഒരു ലക്ഷ്യം, ഒരു യുഗത്തിന്റെ ആത്മാവ് നാണു വിനെ വിളിക്കുന്നുണ്ട്. മനുഷ്യസമൂഹത്തിൽ നിന്നും അസമത്വവും അനീ തിയും ഇല്ലാതാവണം മനുഷ്യരെല്ലാം ഒന്നായി ജീവിക്കണം. ആ മഹ

ത്തായ ലക്ഷ്യത്തിനുവേണ്ടി നാണു യാത്രയാവുകയാണ്. വയൽ വാരത്തു വീടിന്റെ നട കടന്നുപോവുമ്പോൾ ആ ഹൃദയം വിതുമ്പിയിരിക്കും. അമ്മയുടെ ഓർമകൾ, അച്ഛന്റെ ഓർമകൾ ഒരുനിമിഷമെങ്കിലും നാണുവിനെ മഥിച്ചിരിക്കണം. അനന്തമായ ആകാശത്തെ സ്നേഹിച്ച, നാണു, എല്ലാമെല്ലാമായ നാടുവിട്ടു. മാനവനന്മയ്ക്കുവേണ്ടി. മനുഷ്യ സമൂഹം തന്നിൽ മഹത്തായ ഒരു കർത്തവ്യം ഏൽപ്പിച്ചിട്ടുണ്ട്. ആ ലക്ഷ്യ ത്തിലേക്ക്, ആ യുഗപ്രഭാവനായ യുവയോഗി നടന്നകലുകയായി.

പല ക്ഷേത്രങ്ങളിൽ നാണു സന്ദർശനം നടത്തി. പരമതേജസ്വി യായ ആ യുവസന്ന്യാസി ക്ഷേത്രസന്നിധിയിൽ പ്രാർഥനാനിരതനായി നിൽക്കുന്നതുകണ്ട് ജനങ്ങളെല്ലാം നിർന്നിമേഷരായി നിന്നു. നാണു ക്ഷേത്രക്കുളത്തിൽ കുളിക്കും. രാത്രിയിൽ ക്ഷേത്രസന്നിധിയിൽ കിട ന്നുറങ്ങും. ഇതിനിടയിൽ കുട്ടികളോടും മറ്റും സംസാരിക്കും. ഭക്തർ നാണുവിനു ചുറ്റും കൂടും. എല്ലാവർക്കും നാണുവിനെ ഇഷ്ടമായിരുന്നു. ഭക്തജനങ്ങൾ നൽകുന്ന പഴങ്ങളും ആഹാരപദാർഥങ്ങളും നാണു കഴിക്കും. മത്സ്യമോ മാംസമോ കഴിക്കില്ല. രാത്രിയായാൽ ആകാശത്തെ നക്ഷത്രങ്ങളെ നോക്കി വിചാരനിമഗ്നനാവും. ആ മഹായതിയുടെ മനോ മുകുരത്തിൽ തെളിഞ്ഞുനിന്നത് എന്തായിരുന്നുവെന്ന് ആർക്കും സ്പഷ്ട മായി പറയാൻ കഴിയില്ല. ആ നിർമലഹൃദയത്തിന്റെ സ്പന്ദനങ്ങൾ യഥാർഥത്തിൽ അറിഞ്ഞവരില്ല. വിശുദ്ധിയുടെ നിറകുടമായിരുന്നു, നാണുവെന്നുമാത്രം ലോകത്തിനറിയാം. നാടുവിട്ട നാണുവിനു ബന്ധു ക്കളാരുമുണ്ടായിരുന്നില്ല. കുടുംബബന്ധങ്ങൾ ഉപേക്ഷിച്ചു കഴിഞ്ഞു. ചെമ്പഴന്തി ഇനി മുതൽ ജന്മനാടല്ല. ഒരു യഥാർഥ സന്ന്യാസിക്ക് ലോകമേ തറവാടാണ്. ഭൂമിയും പ്രപഞ്ചം മുഴുവനും നാടാണ്. സർവചരാചരങ്ങളും ബന്ധുക്കളാണ്. സ്വകാര്യമായ ഇഷ്ടാനിഷ്ടങ്ങളില്ല. കാമമോഹങ്ങളില്ല, വിദ്വേഷമില്ല, നിരാശയില്ല. അദമ്യമായ ഒരു ഇച്ഛാശക്തിമാത്രം. അത് കടിഞ്ഞാൺ നഷ്ടമായ കുതിരയെപ്പോലെ കുതിക്കുകയാണ്. എന്നാൽ അതിനുമേൽ കടിഞ്ഞാണിടാൻ കഴിയുന്ന അച്ചടക്കമെുള്ള മനസ്സ് നാണു വിനുണ്ടായിരുന്നു. നാണുവിന്റെ ഹൃദയം കല്ലായിരുന്നില്ല. ഉപേക്ഷിക്ക പ്പെട്ടത്, നിഷ്കളങ്കയായ ഒരു സ്ത്രീയാണ്. തന്നെ വരിച്ച നല്ലവളായ സ്ത്രീ. തന്നിൽ പ്രതീക്ഷയർപ്പിച്ചവൾ. നാണു ഉപേക്ഷിച്ചു കുറച്ചു വർഷ ങ്ങൾക്കുശേഷം അവർ മരിച്ചു. നാണു ആ സംഭവം അറിഞ്ഞിരുന്നോ എന്ന് ചരിത്രകാരൻമാർ പറയുന്നില്ല. എന്നാൽ ഒന്നുണ്ട്. നാണു നാരാ യണഗുരുവായി മാറുന്നത് വളരെ അകലത്തുവെച്ചല്ല. അരുവിപ്പുറത്ത് പ്രതിഷ്ഠനടത്തുകയും പിന്നീട് പലസ്ഥലങ്ങൾ സന്ദർശിക്കുകയും ചെയ്ത നാണുവിനോട് തന്റെ പത്നിയുടെ വിവരം ആരെങ്കിലും പറ യാതിരിക്കില്ല. ഒരുപക്ഷേ ആ വിവരത്തെക്കുറിച്ച് ആരും ഗുരുവിനോട് ചോദിക്കാൻ ധൈര്യപ്പെട്ടിട്ടുണ്ടാവില്ല. ഗുരുവും തന്റെ പൂർവാശ്രമം മറ ന്നിരിക്കും. എന്നാൽ സർവനന്മയുടെയും വിളനിലമായ ആ ഹൃദയ ത്തിന്റെ അഗാധതയിൽ ഒരു നെരിപ്പോട് ഒരുനിമിഷമെങ്കിലും ഉണ്ടാവാ

തിരിക്കില്ല. ശ്രീബുദ്ധന്റെ പത്നിയെപ്പോലെ നാണുവിന്റെ പത്നിയും ഉപേക്ഷിക്കപ്പെടുകയായിരുന്നു. ഒരു മഹത്തായ ലക്ഷ്യത്തിനുവേണ്ടി ബ്രഹ്മചാരിയാവണമെന്നതും പത്നി ഉപേക്ഷിക്കപ്പെടണമെന്നതും ആത്മീയതയുടെ ഒരു കറുത്ത പാരമ്പര്യമാണ്. ജെന്നിമാർക്സിനും കുട്ടി കൾക്കുമൊപ്പം ജീവിതാന്ത്യംവരെ സുഖദു:ഖങ്ങൾ പങ്കിട്ട മാർക്സിന് ലോകത്തെ മാറ്റിമറിക്കാൻ അത് തടസമായിരുന്നില്ല.

എന്നാൽ പൂർവാശ്രമം വിട്ടത് നാണുവിന്റെ മഹത്തായ യാത്രയിലെ അനിവാര്യമായ ഒരു ഘട്ടമാവാം. അദ്ദേഹത്തിന്റെ ലക്ഷ്യസാക്ഷാത്കാ രങ്ങൾ അത് ന്യായീകരിക്കുന്നു. ശ്രീനാരായണഗുരു മനുഷ്യരാശിക്ക് മാതൃകയായിരുന്നു. അദ്ദേഹത്തിൽ ലോകത്തിന് മാതൃകയാക്കാൻ പറ്റാ ത്തത് ഒന്നുമാത്രമായിരുന്നു, ബ്രഹ്മചര്യപ്രചോദിതമായ കുടുംബപരി ത്യാഗം. ഇന്ത്യൻ മതപാരമ്പര്യം സൃഷ്ടിച്ച ഈ കീഴ്‌വഴക്കം ഗുരുവിന്റെ മഹത്ത്വത്തിന് മങ്ങലേൽപ്പിക്കുന്നില്ല. ഇന്ത്യൻ പാരമ്പര്യത്തിന്റെ തീക്ഷ്ണ തയാണിത് കാണിക്കുന്നത്. അതിനെതിരായ പോരാട്ടത്തിൽ പങ്കുകൊ ള്ളുകയായിരുന്നു ഗുരു.

നിരന്തരമായ സഞ്ചാരം, ധ്യാനം, പഠനം, സംഘാടനം–ഇതായിരുന്നു ഗുരുവിന്റെ ജീവിതം. തിരുവിതാംകൂർ, മധുര, തിരുനൽവേലി തുടങ്ങിയ പ്രകൃതി രമണീയമായ പ്രദേശങ്ങളിലൂടെ ഗുരു യാത്ര ചെയ്തു. മഴയും മഞ്ഞും വെയിലുമൊന്നും ഗുരുവിന്റെ പാദങ്ങളെ തളർത്തിയില്ല. ഭക്ത രുടെ ആരാധനയും സ്നേഹപ്രകടനങ്ങളും അമിതമാവുമ്പോൾ ഏകാ ന്തവാസങ്ങളിലേക്ക് ഉൾവലിയും. എന്നാൽ മനുഷ്യസമൂഹത്തിന്റെ ഉന്ന തിക്കുവേണ്ടിയായിരുന്നു ഈ ഏകാന്തവാസം. ജാതീയമായ മർദന ങ്ങളും വിവേചനങ്ങളും ഗുരുവിന് സഹിക്കാൻ കഴിഞ്ഞില്ല. മനുഷ്യത്ര ത്തിലാണ് ഗുരു മനസുറപ്പിച്ചത്. സാർവലൗകികസാഹോദര്യത്തിൽ അദ്ദേഹം ഊന്നൽ നൽകി. അതിനുവേണ്ടിയുള്ള മഹാപ്രയാണമായി രുന്നു ഗുരുവിന്റെ ജീവിതം. പ്രവാചകൻ മുഹമ്മദ് നബിയെപ്പോലെ ഗുരുവും പ്രപഞ്ചത്തിന്റെ അപാരതയിൽ മനസ്സ് കേന്ദ്രീകരിച്ചു. വിശുദ്ധന ബി ഹീറാ ഗുഹയിലാണ് തപസനുഷ്ഠിച്ചതെങ്കിൽ ഗുരു മരുത്വാമല യിലെ 'പിള്ളത്തടം' എന്ന ഗുഹയിലാണ് തപസനുഷ്ഠിച്ചത്. വൃക്ഷനി ബിഡമായ ഒരു മലയാണ് മരുത്വാമല. കാട്ടുമൃഗങ്ങൾ വിഹരിക്കുന്ന അവിടം ഗുരു തന്റെ ധ്യാനകേന്ദ്രമായി തെരഞ്ഞെടുത്തു. തുമ്പിക്കൈവ ണ്ണത്തിൽ മഴ കൂറ്റൻ വനവൃക്ഷപത്രത്തിൽ വെള്ളംചാറ്റുന്ന വർഷകാ ലത്തും മഞ്ഞുപാളികൾ ഇലകളെയും ചെടികളെയും മൂടുന്ന ശരത്കാ ലത്തും, നാരായണ ഗുരു ആ കൊടുംവനത്തിലെ കൂരിരുട്ടുറഞ്ഞ ഗുഹാ മുഖത്തിരുന്ന് ധ്യാനം ചെയ്യും. പതറാത്ത മനസായിരുന്നു ഗുരുവിനെ ന്നത് പ്രസിദ്ധമാണ്. ധീരനും മനുഷ്യസ്നേഹിയുമായിരുന്ന സാമൂ ഹികപരിഷ്കർത്താവായിരുന്നു അദ്ദേഹം. എന്നാൽ പ്രകൃതിയോടുള്ള ആരാധന തീവ്രമാവുമ്പോൾ നാണുവാശാൻ ഈ ലോകം മറക്കും. വികാ രങ്ങളെ ജയിച്ച ജിതേന്ദ്രിയനായ ഗുരു, പക്ഷേ, പ്രകൃതിയെ, പ്രകൃതി

യിൽ അന്തർലീനമായതെന്നദ്ദേഹം വിശ്വസിക്കുന്ന ശക്തിയെ, തീക്ഷ്ണ
മായി ആരാധിച്ചു. ആ ആരാധന, ഒരുതരം ആത്മസമർപ്പണമായിരുന്നു.
'കട്ടുത്തോടി' എന്ന ചെടിയുടെ ഇലകളും കാട്ടാറിലെ ജലവും പഴങ്ങളും
മാത്രമാണ് ഇക്കാലത്ത് ഗുരു കഴിച്ചത്. കുറെക്കാലം മരുത്വാമലയിൽ
കഴിഞ്ഞശേഷം, ഗുരുദേവൻ അരുവിപ്പുറത്തേക്കു യാത്രയായി.
തെക്കൻതിരുവിതാംകൂറിലെ തിരുവനന്തപുരത്തിനു സമീപമുള്ള ഒരു
പട്ടണമാണ് നെയ്യാറ്റിൻകര. അവിടെയാണ് നെയ്യാർ. നെയ്യാറിന്റെ
തീരത്തെ പ്രശാന്തരമണീയമായ പ്രദേശമാണ് അരുവിപ്പുറം. പച്ചപുതച്ചു
കിടക്കുന്ന കാടുകൾക്കിടയിലൂടെയാണ് നെയ്യാർ ഒഴുകുന്നത്. പച്ചിലപ്പ
ടർപ്പുകളും പാറക്കെട്ടുകളും നിറഞ്ഞ നെയ്യാറിന്റെ തീരത്ത് കഷ്ടിച്ച്
ഒരാൾക്കുമാത്രം കിടക്കാൻ കഴിയുന്ന ഒരു ഗുഹയുമുണ്ട്. അതിനകത്ത്
കുനിഞ്ഞുനിൽക്കാൻപോലും കഴിയില്ല. ഗുഹയുടെ മധ്യഭാഗത്തുമാത്രമേ
ഇരിക്കാൻ പറ്റൂ. ഏറെക്കാലം ഗുരു ഇവിടെയാണ് തപസനുഷ്ഠിച്ചത്.
നദീതീരത്തിനടുത്തുള്ള കുന്നിൻ നെറുകയിലെ പാറയിലും ഗുരു തപ
സിരുന്നിട്ടുണ്ട്. വെള്ളിച്ചിലങ്കയണിഞ്ഞുംകൊണ്ട് കുണുങ്ങിയൊഴുകുന്ന
നെയ്യാറിന്റെ തീരത്ത് ഗുരു നടത്തിയ ധ്യാനം തീവ്രമായിരുന്നു. പ്രകൃ
തിയുടെ മുഴുവൻ ശക്തിയും ഹൃദയത്തിലേറ്റുവാങ്ങിയ മനമുരുകുന്ന
തപസ്സ്. 1888 ൽ ഒരു ശിവരാത്രി ദിനത്തിലാണ് ആ ചരിത്രപ്രസിദ്ധമായ
സംഭവം നടന്നത്. നെയ്യാറിന്റെ തീരത്ത് കിഴക്കുഭാഗത്ത് സ്ഥിതിചെയ്യുന്ന
പാറയെ സങ്കൽപ്പിച്ച് അവിടെ ശിവലിംഗപ്രതിഷ്ഠ നടത്താൻ ഗുരു തീരു
മാനിച്ചു. പാതിരാവിൽ വെളുത്തമുണ്ടുടുത്ത സ്വാമികൾ നെയ്യാറിൽ മുങ്ങി

നെയ്യാർ

നിമിഷങ്ങൾക്കുശേഷം ഒരു ശിവലിംഗ വിഗ്രഹവുമായി ഉയർന്നുവന്നു. കുളിരണിഞ്ഞ നെയ്യാറിൽ മുങ്ങിയ നാണുവിന്റെ മനസ്സ് ഭക്തി പാരവ ശ്യത്താൽ ദൃഢമായിരുന്നു. ആഴിയുടെ അഗാധതയിൽ നിന്നുയരുന്ന അനുഭവം. ഒരു ജന്മത്തിൽനിന്നും മറ്റൊരു ജന്മത്തിലേക്കുള്ള യാത്ര യായിരുന്നു. ജാതിമതാന്ധമായ ഒരു സമൂഹം, ആധുനിക മാനവിക സമൂ ഹമായി പരിവർത്തിക്കപ്പെടുന്ന മഹത്തായ നവോദയപ്രസ്ഥാനത്തിന്റെ ആരംഭംകുറിച്ച മഹത്തായ നിമിഷങ്ങളായിരുന്നു. ശിവലിംഗവുമായി നെയ്യാറിൽനിന്നുമുയർന്ന ഗുരു മണിക്കൂറുകൾ നീണ്ട ധ്യാനത്തിൽ മുഴു കി. അനിർവചനീയമായ ഒരനുഭൂതി ഗുരുവിനെ കീഴടക്കി. കണ്ണുകളീറ നണിഞ്ഞു. പ്രപഞ്ചത്തിന്റെ അഗാധമായ കരങ്ങൾ ആ നെഞ്ചിൽ പുണ രുകയാണോ! പ്രകൃതിയുടെ നിർമലഭാവത്തിൽ ആ മഹായോഗിയുടെ അന്തരാത്മാവ് വിതുമ്പി. ആത്മസമർപ്പണത്തിന്റെ പൂർണിമയിൽ അതിനു സാക്ഷികളായവരെല്ലാം പുളകിതരായി. വെളുപ്പിന് ഏകദേശം മൂന്നുമ ണിയോടെ സ്വാമികൾ ധ്യാനത്തിൽ നിന്നുണർന്ന് ശിവലിംഗപ്രതിഷ്ഠാ കർമ്മം നടത്തി. നൂറ്റാണ്ടുകളുടെ പഴക്കമുള്ള ബ്രാഹ്മണമേധാവിത്വത്തി നെതിരായി അവർണനായ ഒരാൾ നടത്തിയ വിപ്ലവത്തിന്റെ പ്രതിഷ്ഠ യായിരുന്നു അത്. അന്ധകാരയുഗത്തിന്റെ അന്ത്യംകുറിച്ച ഒരു സുവർണ ദശയുടെ ആരംഭം.

"ജാതിഭേദം മതദ്വേഷം
ഏതുമില്ലാതെ സർവരും
സോദരത്വേന വാഴുന്ന
മാതൃകാസ്ഥാനമാണിത്"

ആ പ്രതിഷ്ഠക്കു സമീപം എഴുതിവെച്ച ഈ വരികൾ കേരളം ഏറ്റു വാങ്ങി. ഇരുട്ടുകുടഞ്ഞ് സൂര്യകിരണങ്ങളെ പുൽകുന്ന കുളിർലതക ണക്കെ കേരളം പുളകമണിഞ്ഞു. മനസിന്റെ വിപ്ലവം എന്ന മഹത്തായ നവോദയ (Renaissance)പ്രസ്ഥാനത്തിന്റെ നാന്ദിയായിരുന്നു ഇത്. ഈ സംഭവത്തിനുശേഷം സ്വാമികൾ നാടെങ്ങും പ്രസിദ്ധനായി. ജനങ്ങൾ അദ്ദേഹത്തെ യുഗസ്രഷ്ടാവായ ഒരു മഹാമനുഷ്യനായി ആരാധിച്ചു. 'മതമേതായാലും മനുഷ്യൻ നന്നായാൽ മതി'യെന്ന അദ്ദേഹത്തിന്റെ ആശയത്തിനു സമാനമായ ഒന്ന് ലോകത്തിൽത്തന്നെ ഇല്ല. പ്രകൃതി സുന്ദരമായ പലസ്ഥലങ്ങളിലും ഗുരുസന്ദർശനം നടത്തിയിരുന്നു. വർക്കല, ശിവഗിരി, ആലുവ എന്നിവ ഇതിൽ പ്രധാനമായിരുന്നു. 1904 ലാണ് ഗുരുദേവൻ വർക്കലയിലെ ശിവഗിരി തന്റെ ആത്മീയ കേന്ദ്രമായി തെരഞ്ഞെടുത്തത്. 1928 ൽ മഹാസമാധിയാവുന്നതുവരെ ശിവഗിരിയായി രുന്നു ഗുരുവിന്റെ പ്രധാന പർണശാല. ഇവിടെവെച്ചാണ് രബീന്ദ്രനാഥ ടാഗോർ, ഗാന്ധിജി തുടങ്ങിയവർ ഗുരുവുമായി കൂടിക്കാഴ്ച നടത്തിയ ത്. പ്രകൃതിയുടെ അലൗകികമായ വശ്യതയും പ്രശാന്തതയുമാണ് ഗുരു വിന്റെ ആശയങ്ങൾക്ക് പ്രചോദകമായി വർത്തിച്ചത്. പ്രകൃതിയുടെ ഈ അപാരസൗമൃതയും സൗന്ദര്യവും സൃഷ്ടിച്ച ഉൾപ്പുളകമാണ്, തന്റെ

എസ് എൻ ഡി പിയുടെ ആദ്യകാല പ്രവർത്തകർ ഗുരുവിനൊപ്പം

പാവനമായ ആശയസഞ്ചാരത്തിന് പ്രേരണയായത്. ഈ അനന്തപ്രകൃ
തിയെയാണ് ഗുരുദേവൻ ആരാധിച്ചത്. പഴമയിൽ ഏകത്വമെന്ന മഹ
ത്തായ ആശയം പ്രകൃതിയിൽ നിന്നാണ് അദ്ദേഹത്തിന് ലഭിച്ചത്. അനു
പമ രമണീയമായ പ്രകൃതി. അനന്തമായ പ്രകൃതി. പ്രകൃതിയോട് മനു
ഷ്യൻ സ്വീകരിക്കുന്ന നിലപാടിനനുസരിച്ചിരിക്കും അവന്റെ മനസിന്റെ
വിസ്തൃതി; മാനവത്വത്തിലേക്ക് അവനെ നയിക്കുന്നതും മറ്റൊന്നല്ല.

8

ഹിമാലയത്തെ ആലിംഗനംചെയ്ത പരിസ്ഥിതി സ്നേഹി സുന്ദർലാൽ ബഹുഗുണ

വിഖ്യാത ഗാന്ധി യനും പാരിസ്ഥിതികപ്രവർ ത്തകനുമായിരുന്ന സുന്ദർ ലാൽ ബഹുഗുണ ലോകാ രാധ്യനായ ഒരു പ്രകൃതി സ്നേഹിയായിരുന്നു. ഏറെ പ്രശസ്തമായ, 'ചിപ്കൊ (Chipko) പ്രസ്ഥാനത്തിന്റെ നേതാവാണദ്ദേഹം. ഗാന്ധി യൻ സത്യഗ്രഹസമരത്തി ന്റെ പ്രണേതാവായിരുന്ന ബഹുഗുണ ഹിമാലയ ത്തെയും അതിലെ വനങ്ങ ളെയും പരിരക്ഷിക്കാൻ വേണ്ടി നടത്തിയ സംരംഭ ങ്ങൾ മഹത്തായിരുന്നു. 1980 ൽ തുടങ്ങി 2004 വരെ

സുന്ദർലാൽ ബഹുഗുണ

നീണ്ടുനിന്ന തെഹ്‌രി ഡാം (Tehri Dam) വിരുദ്ധപ്രക്ഷോഭം ഏറെ പ്രശ സ്തമായിരുന്നു. ഇന്ത്യയിലെ ആദ്യകാല പാരിസ്ഥിതികപ്രവർത്തകരുടെ നേതാവാണദ്ദേഹം. വനനശീകരണം, പർവതനശീകരണം, ഖനിവൽക്ക രണം, വൻകിട അണക്കെട്ടുകളുടെ നിർമാണം എന്നിവയ്ക്കെതിരായി അദ്ദേഹം നടത്തിയ സമരങ്ങൾ പ്രസിദ്ധമാണ്. 2009 ൽ പത്മവിഭൂഷൻ ബഹുമതി ലഭിച്ച സുന്ദർലാൽ ബഹുഗുണ ഇന്ത്യയിലെ പാരിസ്ഥിതിക പ്രസ്ഥാനങ്ങൾക്ക് പ്രചോദനം നൽകി.

അമൂല്യവനസമ്പത്തിന്റെ കലവറയാണ് പർവതങ്ങൾ. പൗരാണിക സങ്കൽപ്പങ്ങൾ പൂത്തുവിടരുന്ന ലാവണ്യലോകമാണത്. രത്നശേഖരങ്ങളുടെ അക്ഷയസ്രോതസ്സ്. വിലമതിക്കാനാവാത്ത ശിലകൾ, കൊമ്പുകൾ, വൃക്ഷങ്ങൾ, ഔഷധ സസ്യങ്ങൾ, പുഷ്പങ്ങൾ, പക്ഷിമൃഗാദികൾ, തേൻ, തുടങ്ങിയവയുടെ സംഭരണി. നദികളുടെ ഉത്ഭവകേന്ദ്രം കാട്ടുചോലകളും വെള്ളച്ചാട്ടങ്ങളും നിറഞ്ഞ് വിസ്മയം ജനിപ്പിക്കുന്ന ലോകം. നീലസരസുകളും നീലാംബരികളും ഇന്ദ്രനീലവും നീലോൽപ്പലവും മരതകവും മാണിക്യവും നിറഞ്ഞ കഥകളുടെ ലോകമാണത്. ഇതിഹാസങ്ങൾക്കും പുരാണങ്ങൾക്കും മിഴിവേകിയ രജതപ്രപഞ്ചം. മഹാസാത്വികരായ സന്യാസിവര്യരുടെ ധ്യാന

വനനശീകരണത്തിനെതിരെ ജനങ്ങൾ

ത്തിലും മനീഷികളുടെ ചിന്തകൾക്കും ഊർജം പകർന്ന മനുഷ്യന്റെ ആദിമഗേഹം. ലോകപ്രശസ്ത പ്രവാചകർ തപസിരുന്ന ഗുഹാമുഖങ്ങളെ പരിരക്ഷിച്ച പ്രകൃതിയുടെ സ്വപ്നസുന്ദരലോകമാണത്. മഹാകാവ്യങ്ങൾക്കു പ്രചോദനം നൽകിയ പ്രകൃതിയുടെ സംഗീതസാന്ദ്രമായ കലാഭവനമാണവ. ജീവന്റെ കുളിർനാമ്പുകൾ വിടർന്ന് പച്ചപ്പുത പ്രണിഞ്ഞുനിൽക്കുന്ന സമൃദ്ധിയുടെ പണിപ്പുര. പൗരാണിക നാഗരികതകൾക്കും സംസ്കാരങ്ങൾക്കും ബീജാവാപമേകിയ അമൃതനിർദ്ധരി പർവതങ്ങളിൽനിന്നുമാണുണ്ടായത്. വൈദേശികാക്രമണങ്ങളിൽനിന്നും നാടിനെ സംരക്ഷിച്ച ദേശീയതകൾക്ക് ഈ പൗരാണികസംസ്കാരത്തിന്റെ കളിത്തൊട്ടിലിലേക്ക് ജാലകവാതിൽ തുറന്നുകൊടുത്ത ആതിഥ്യസംസ്കാരത്തിന്റെ മാതൃക. ഇങ്ങനെ ഹിമാലയ പർവതങ്ങൾ ഇന്ത്യൻ സംസ്കാരത്തിൽ ചെലുത്തിയ സ്വാധീനം ആഴമേറിയതാണ്.

ആദ്യത്തെ ചിപ്കൊ പ്രസ്ഥാനം ആരംഭിച്ചത് 1973-ലാണ്. അനന്തരം അഞ്ചുസംവത്സരക്കാലമത് ഉത്തർപ്രദേശിലെ നിരവധി ജില്ലകളിലേക്ക് വ്യാപിച്ചു. 'ചിപ്കൊ' എന്ന പദത്തിന്റെ അർഥം 'ആലിംഗനം ചെയ്യുക' എന്നാണ്. ധനാർത്തികളായ വനസംഹാരകരിൽ നിന്നും വൃക്ഷങ്ങളെ സംരക്ഷിക്കുന്നതിന്റെ ഭാഗമായി ഗ്രാമീണർ അവയെ ആലിംഗനം ചെയ്യുന്നു. ഹിമാലയസാനുക്കളിലെ കാടുകൾ വെട്ടിത്തെളിയിക്കുന്നതി

നെതിരെ 1980 ൽ 15 സംവത്സരം നീണ്ടുനിന്ന ഒരു ബന്ദ്, ചിപ്കൊ പ്രക്ഷോഭകർ നടത്തുകയുണ്ടായി. അതിന് അന്നത്തെ ഇന്ത്യൻ പ്രധാനമന്ത്രിയായിരുന്ന ഇന്ദിരാഗാന്ധിയുടെ അനുഗ്രഹാശിസുകൾ ഉണ്ടായിരുന്നു. അതിൽ പിന്നീട് പ്രസ്ഥാനം അതിന്റെ പ്രവർത്തനം ഇതരപ്രദേശങ്ങളിലേക്ക് വ്യാപിപ്പിക്കുകയുണ്ടായി. വടക്ക് ഹിമാചൽ പ്രദേശ്, തെക്ക് കർണാടകം, പടിഞ്ഞാറ് രാജസ്ഥാൻ, കിഴക്ക് ബീഹാർ, മധ്യേന്ത്യയിൽ വിന്ധ്യപ്രദേശങ്ങൾവരെ അത് വ്യാപിച്ചു. പശ്ചിമഘട്ടത്തിലെയും വിന്ധ്യാ–ശതപുര പർവതനിരകളിലെയും വനനശീകരണം തടയാൻ ഈ മഹത്തായ പ്രസ്ഥാനത്തിനു സാധിച്ചു. മാത്രമല്ല; പരിസ്ഥിതി സംരക്ഷണത്തിന്റെ ആവശ്യകതയെക്കുറിച്ചുള്ള അവബോധം ജനങ്ങളിൽ വളർത്താൻ അത് സഹായകമായി. നമ്മുടെ ആവാസവ്യവസ്ഥയെ എങ്ങനെയാണ് പർവതങ്ങളും വനങ്ങളും പരിരക്ഷിക്കുന്നതെന്ന ബോധം രാജ്യത്ത് വളർത്താൻ അത് സഹായിച്ചു. ഗ്രാമീണരായ മനുഷ്യരുടെ കൊച്ചുകൊച്ചു സംരംഭങ്ങളിൽനിന്നുമാണ് 'ചിപ്കൊ' പ്രസ്ഥാനത്തിന്റെ തുടക്കം. പിന്നീട് അതു വലിയൊരു പ്രസ്ഥാനമായി വളരുകയായിരുന്നു. സുന്ദർലാൽ ബഹുഗുണയായിരുന്നു അതിന്റെ ജീവാത്മാവും പരമാത്മാവും. 1981–83 കാലഘട്ടത്തിൽ അദ്ദേഹത്തിന്റെ നേതൃത്വത്തിൽ നടന്ന 5,000 കിലോമീറ്റർ പദയാത്ര പ്രസിദ്ധമായിരുന്നു. 'ചിപ്കൊ' പ്രസ്ഥാനത്തിന്റെ സന്ദേശം ജനഹൃദയങ്ങളിലെത്തിക്കാൻ അത് സഹായകമായി. 'പരിസ്ഥിതിയാണ് ശാശ്വതസമ്പദ്വ്യവസ്ഥ' യെന്ന ആശയം ബഹുഗുണ മുന്നോട്ടുവച്ചു. സുദേഷദേവി, ചന്ദിപ്രസാദ് ഭട്ട്, ഗോവിന്ദ് സിംഗ്, ഷാംഷർസിംഗ് ബിഷി തുടങ്ങിയവരാണ് ഈ പ്രസ്ഥാനത്തിന്റെ മറ്റുനേതാക്കൾ. ലോകപരിസ്ഥിതി പ്രസ്ഥാനത്തിൽതന്നെ ഇന്ത്യ ഇടംനേടുന്നത് 'ചിപ്കൊ' പ്രസ്ഥാനത്തോടുകൂടിയാണ്. എന്നാൽ ലോകപരിസ്ഥിതി സംരംഭങ്ങളിൽനിന്നും വേറിട്ട ഒരു വ്യക്തിത്വം ഇതിനു കാണാം. കാരണം, പാവപ്പെട്ട ഗ്രാമീണരായ മനുഷ്യരുടെയിടയിൽ വേരുപിടിച്ച ഒരു പ്രസ്ഥാനമായിരുന്നു ഇത്. ചിപ്കൊ പ്രസ്ഥാനത്തിന് 1987 ൽ ഒരു ബഹുമതി ലഭിച്ചു. 'Right Livelihood Award' ആയിരുന്നു അത്.

പർവതസാനുക്കളിലെ സ്ത്രീകളിൽനിന്നും വലിയ പിന്തുണയും പങ്കാളിത്തവുമാണ് 'ചിപ്കൊ' പ്രസ്ഥാനത്തിനു ലഭിച്ചത്. ഇതിനു പ്രധാനകാരണം അവരുടെ ജീവിതവ്യഥകളാണ്. ഹിമാലയപ്രദേശങ്ങളിലെ വ്യാജവാറ്റുകാരായ മദ്യലോബികൾ അവരുടെ ജീവിതത്തിന് വലിയ ഭീഷണിയായിരുന്നു. ആയിടയ്ക്കാണ് വനനശീകരണത്തിന്റെ ഫലമായി ഹിമാലയത്തിൽനിന്നും വെള്ളപ്പൊക്കമുണ്ടാവുന്നത്. അങ്ങനെയാണ് ചിപ്കൊ പ്രസ്ഥാനം ശക്തമാവുന്നത്. കാശ്മീർമുതൽ കോഹിമവരെ 4870 കി മീ ദുരമാണ് പദയാത്ര സംഘടിപ്പിക്കപ്പെട്ടത്.

വിനോബഭാവെ ആയിരുന്നു സുന്ദർലാൽ ബഹുഗുണയുടെ ആചാര്യൻ. 1960 ൽ ഒരു ദിനം, വിനോബഭാവെ, സുന്ദർലാലിനെ വിളിച്ചിട്ട് ചോദിച്ചു; "നിങ്ങൾ നിങ്ങളുടെ ഗ്രാമത്തിൽ വിശ്രമിക്കുകയാണല്ലെ. ചൈനയിൽ നിന്നും ഇന്ത്യ ഒരു വൻഭീഷണി നേരിടുന്നു. മഹാത്മാഗാന്ധിയുടെ 'ഗ്രാമസ്വരാജ്' എന്ന സന്ദേശം ഉൾക്കൊള്ളുക. ജയപ്രകാശ്

നാരായണനും ഇതേ രീതിയിൽ സുന്ദർലാലിനെ പ്രചോദിപ്പിച്ചു. അതിൽ പിന്നീട് സുന്ദർലാൽ ഹിമാലയത്തിന്റെ കാവൽക്കാരനായി മാറി. ചൈന യിൽനിന്നും വൻതോതിൽ കറുപ്പ് (Opium) ഇന്ത്യയുടെ അതിർത്തി പ്രദേ ശങ്ങളിൽ വ്യാപിപ്പിച്ചിരുന്നു. മദ്യവിൽപ്പനയും വ്യാപകമായി. സുന്ദർലാ ലിന്റെ ഹൃദയം വേദനിച്ചു. സാമ്പത്തികശേഷിയുള്ള കുടുംബത്തിലാണ് സുന്ദർലാൽ ജനിച്ചതെങ്കിലും പർവതസാനുവിലെ ജീവിതം ദുസ്സഹമാ യിരുന്നു. വെളുപ്പിന് നാലുമണിമുതൽ രാത്രി പത്തുവരെ സുന്ദർലാ ലിന്റെ അമ്മ ജോലിചെയ്തിരുന്നു. പുല്ലുപറിക്കുകയും കാട്ടിൽനിന്നു വിറ കുശേഖരിക്കുകയും ചെയ്യുമ്പോഴെല്ലാം സുന്ദർലാലിന്റെ അമ്മ പറയു മായിരുന്നു; "ഓ ദൈവമേ, എന്നെയങ്ങ് എടുത്തേക്കണേ." കൊച്ചു സുന്ദർലാലിനന്ന് അഞ്ചോ ആറോ വയസുവരും. ആ ഇളംഹൃദയത്തെ മുറിവേൽപ്പിച്ച വാക്കുകളായിരുന്നു അത്. ആ വാക്കുകൾ ഇന്ത്യയിലെ ദരിദ്രസ്ത്രീകളുടെ ആത്മാവിൽ നിന്നുയരുന്ന വാക്കുകളായിരുന്നു. ഒരു നാടിന്റെയാകെ അമ്മമാരുടെ വ്യഥകലർന്ന വാക്കുകൾ. പലരും ദുരിത പൂർണമായ തങ്ങളുടെ ജീവിതം അവസാനിപ്പിച്ചു. എത്രയോ പർവത സ്ത്രീകൾ, നദികളിൽ ചാടി മരിച്ചു. ഇന്ത്യൻ സ്ത്രീത്വത്തിന്റെ ദുരിതം അവസാനിപ്പിക്കാൻ വേണ്ടി സുന്ദർലാൽ ശപഥം ചെയ്തു.

ടെഹരി അണക്കെട്ടിനെതിരായ പ്രക്ഷോഭം

ഹിമാലയത്തെയും ഗംഗയെയും ലക്ഷോപലക്ഷം ജനങ്ങളുടെ ജീവി തത്തെയും നശിപ്പിക്കുന്ന പദ്ധതിയായിട്ടാണ് സുന്ദർലാൽ ടെഹരി അണ ക്കെട്ടിനെ കണ്ടത്. ടെഹരിഡാം പർവതസാനുക്കളിലെ ജനങ്ങളുടെ ജീവ തത്തെ വേരോടെ പിഴുതെറിയും. അണക്കെട്ടിനു സമീപമുള്ള ജന ങ്ങൾക്ക് കുടിവെള്ളം നിഷേധിക്കപ്പെടുമെന്നുവന്നതോടെ പ്രശ്നം രൂക്ഷ മായി. പ്രതാപ്നഗർ പ്രദേശത്തുള്ള ജനങ്ങൾക്കാകെ കുടിവെള്ളം നിഷേ ധിക്കപ്പെടുമെന്ന് തീർച്ചയായി. അണക്കെട്ടിലെ വെള്ളം കുറയുമെന്നതാ യിരുന്നു ഇതിനുള്ള ന്യായം. ഡൽഹിമുതലുള്ള നഗരപ്രദേശങ്ങളിലെ ജലവിതരണം 246 ലിറ്ററിൽനിന്നും 350 ലിറ്റർ വരെ വർധിപ്പിക്കാൻ (ദിനംപ്രതി) തീരുമാനമാവുകയും ചെയ്തു. പഞ്ചനക്ഷത്രഹോട്ടലുകളിൽ ജലം സുലഭം. മന്ത്രിമാരുടെ ബംഗ്ലാവുകളിൽ ജലം സമൃദ്ധം. 1000 കി ലിറ്റർ ജലം ആണ് പഞ്ചനക്ഷത്ര ഹോട്ടലുകളിൽ ദിനംപ്രതി ഉപയോ ഗിക്കപ്പെടുന്നത്. മന്ത്രിമാരുടെ ബംഗ്ലാവുകളിൽ ഉയോഗിക്കപ്പെടുന്നത് ദിനംപ്രതി, 550 കി ലിറ്ററാണ്. ഗ്രാമീണരായ പാവങ്ങൾ കുടവുമേന്തി ഒരു രാവു മുഴുവൻ കാത്തുനിൽക്കണം 5 ലിറ്റർ വെള്ളം കിട്ടാൻ.

ടെഹരി അണക്കെട്ടിനടുത്ത് മ്യൂസഡ എന്നു പേരുള്ള ഒരു ഗ്രാമമുണ്ട്. 40 സ്ക്വയർ കി മീറ്ററിലായി 250 കുടുംബങ്ങളാണവിടെ പാർക്കുന്നത്. അവിടെയുള്ള ഗ്രാമീണർക്ക് രാത്രി മുഴുവൻ വെള്ളത്തിനുവേണ്ടി കാത്തി രിക്കണം. കുടിവെള്ളത്തിനുവേണ്ടി ഉറക്കമിളച്ചു പുലരുവോളം കാത്തി രിക്കുക. വെളുക്കുമ്പോൾ കൊടുംകാട്ടിൽ വിറകുശേഖരിക്കാൻ പോവു ക. ഭൂമിയിലെ മനുഷ്യജീവിതം ഇതിലും കൂടുതൽ നരകതുല്യമാവുന്ന തെങ്ങനെ. ശപിക്കപ്പെട്ട ജീവിതമാണ് ഈ സാധുക്കളുടേത്. ഈയൊരു

പശ്ചാത്തലത്തിലാണ് സുന്ദർലാൽ പ്രധാനമന്ത്രിയെ കണ്ട് പ്രശ്നം അവ തരിപ്പിക്കുന്നത്. ഹിമാലയം നശിച്ചാൽ സർവതും നശിക്കുമെന്ന് സുന്ദർലാൽ പ്രധാനമന്ത്രിയെ ബോധവൽക്കരിച്ചു.

മൂന്നുപ്രധാന ഭീഷണികളാണ് ഹിമാലയത്തിൽനിന്നുമുണ്ടാവുന്നത്. ഇന്ത്യാ ഉപഭൂഖണ്ഡത്തിനുതന്നെ ഭീഷണിയാവുന്ന പാരിസ്ഥിതിക പ്രശ്നമാണ് ഒന്ന്. രണ്ട്, സാമ്പത്തികം. നൂറുവർഷത്തിനകം ഗംഗയാർ വറ്റി നശിക്കും. മൂന്നാമത്തേത് സുരക്ഷിതത്വത്തിന്റേതാണ്. സായുധ സൈന്യത്തിന് ഒരു രാജ്യത്തെ രക്ഷിക്കാനാവില്ല. ഹിമാലയത്തിലെ പ്രതി രോധതന്ത്രമാകെ മാറിമറിഞ്ഞിരിക്കുന്നു.

19 ാം നൂറ്റാണ്ടിൽ ഉത്തർഖണ്ഡ് വളരെ സമ്പന്നമായിരുന്നു. മുപ്പതോളം വരുന്ന വനവിഭവങ്ങൾ പർവതജനങ്ങൾ കയറ്റുമതിചെയ്തി രുന്നു. പ്രകൃതിനൽകിയ കൃപാകടാക്ഷമായിരുന്നു ഗ്രാമീണരുടെ ജീവിതം. കന്നുകാലികൾ, ഔഷധസസ്യങ്ങൾ, പഞ്ഞി, നൂൽ, തേൻ, നെയ്യ്, ഭക്ഷ്യധാന്യങ്ങൾ ഇവയെല്ലാം ടിബറ്റിലേക്ക് കയറ്റുമതി ചെയ്യ പ്പെട്ടിരിക്കുന്നു. ഉപ്പ്, പരുത്തി വസ്ത്രം, ജാഗരി എന്നിവ മാത്രമാണ് ഇറ ക്കുമതിചെയ്യപ്പെട്ടത്. വനസമ്പത്ത് കൊള്ളയടിക്കാനും ചൂഷണം ചെയ്യ പ്പെടാനും തുടങ്ങിയത് ബ്രിട്ടീഷുഭരണത്തോടെയാണ്.

ഹിമവൽസാനുക്കളിലെ മിശ്രവനം അപ്രത്യക്ഷമായിരിക്കുന്നു. ഇവി ടെനിന്നും നിർഗമിക്കുന്ന നദികളുടെ അമ്മമാർ നശിക്കുകയയാണ്. വള ക്കൂറുള്ള മണ്ണിന്റെ ഉറവ വറ്റുകയയാണ്. കാടിന്റെ കണ്ണ് പിളരുകയയാണ്. മണ്ണിന്റെ ലഭ്യത കുറയുമ്പോൾ ജനങ്ങൾ കൃഷിക്കായി വൻ ഗിരിനിര കൾ ഇടിച്ചുനിരത്തുകയയാണ്. വനമേഖല നശിപ്പിച്ച് കുഴിക്കുകയയാണ്.

ഹിമാലയത്തിലെ ഒരു വനദൃശ്യം

ഹിമാലയൻ ഗിരി നിരകൾ

പർവതങ്ങളുടെ രക്തവും മാംസവും കവർന്നെടുക്കുകയാണ്. ഇതിന്റെ
യെല്ലാം ഫലമായി വന–ഗ്രാമീണ മേഖലയിൽ ക്ഷാമം പടർന്നുപിടിച്ചു.
പകുതിയോളം വരുന്ന ഇന്ത്യയുടെ കാട്ടുചോലകൾ നശിച്ചു. വെള്ളത്തി
നായി മനുഷ്യർ വേഴാമ്പലിനെപ്പോലെ വാ പിളർത്തിനിൽക്കുന്നു. ഗ്രാമ
ങ്ങൾ ചുട്ടെരിയുന്നു. ഭൂമി വെന്തുവെന്തു ചുവന്ന മുളകു പ്രായത്തിലാ
വുന്നു. 21–ാം നൂറ്റാണ്ടാവുമ്പോഴേക്കും ഉത്തർഖണ്ഡ് മുഴുവൻ ഒരു മരു
ഭൂമിയാവും. ധീരരായ എത്രയോ സൈനികർക്കു ജന്മംകൊടുത്തിട്ടുണ്ട്
ഹിമാലയം. ബ്രിട്ടീഷ് സൈന്യത്തിൽ പ്രഥമ വിക്ടോറിയ ക്രോസ്
(Victoria Cross) ബഹുമതി ലഭിച്ച ദെവാൻ സിങ് (Dewan Singh)
അതിൽ പ്രഥമഗണനീയനാണ്.

ഭാരതത്തിന്റെ സീമന്ത ചക്രവാളത്തിൽ മരതകകാന്തി പടർത്തി
നിൽക്കുന്ന ഹിമാലയത്തിന്റെ മനോഹാരിത അവാച്യമാണ്. വിവേകാ
നന്ദൻ, രാമതീർഥൻ, മഹാത്മാഗാന്ധി, രബീന്ദ്രനാഥടാഗോർ തുടങ്ങിയ
മഹാരഥന്മാർ ഈ രമണീയഭൂമി സന്ദർശിച്ച് അതിന്റെ പ്രചോദനം ഏറ്റു
വാങ്ങിയവരാണ്. മൗലിയിൽ രത്നകാന്തി ചിതറി നിൽക്കുന്ന ഹിമാലയം
ഇന്നു നിറംമങ്ങുകയാണ്. അത് നശിച്ചുകൊണ്ടിരിക്കുകയാണ്. 'സേവ്
ഹിമാലയ' പ്രസ്ഥാനത്തിന് ശക്തിപകരുകയെന്നതായിരുന്നു ബഹുഗു
ണയുടെ ഏറ്റവും വലിയ അഭിലാഷം. ഇന്ത്യക്കു നൽകാവുന്ന ഏറ്റവും
വലിയ സേവനം അതാണ്. അരിസോന(Arizona) മരുഭൂമിയിൽ വറ്റി
പ്പോയ കൊളറാഡോ (Colorado) നദിയുടെ വിധി ഗംഗാനദിക്കുണ്ടായി
ക്കൂടാ. നദികളെല്ലാം അണക്കെട്ടു കെട്ടിയതിനാൽ വറ്റി വരണ്ടുപോയ

തിന്റെ ഫലമായി ഏരൽ സമുദ്രം വറ്റിയത് വിസ്മരിക്കാൻ പാടില്ല. നമ്മുടെ സമുദ്രങ്ങൾക്കും ആ ഗതിയുണ്ടാവാൻ പാടില്ല.

ഗംഗാനദിയുടെ ഗതിമാറ്റാൻ ബ്രിട്ടീഷുകാർ ശ്രമം നടത്തിയിരുന്നു. അന്ന്, കാസിം രാജാവ് ഗംഗയെയും ഭാഗീരഥി നദിയെയും ബംഗാളി ലേക്കു കൊണ്ടുവരാൻ ആഗ്രഹിച്ചു. ഉത്തരേന്ത്യയിലെ നദികളെല്ലാം അണക്കെട്ടുകൾകൊണ്ട് ബന്ധിക്കപ്പെടുകയും ഗംഗ, ഗംഗാസാഗറിൽ പതിക്കാതിരിക്കയും ചെയ്താൽ നമ്മുടെ സമുദ്രത്തിന്റെ ഗതിയെ ന്താവും? സാഗർദ്വീപും സുന്ദർബാനും എല്ലാം നശിക്കും. ഉപ്പുവെള്ളം അവയെ അപ്രത്യക്ഷമാക്കും. നമ്മുടെ ലക്ഷ്യം ഇതാണ്; "ഗംഗ കൽപ്പാ ന്തകാലത്തോളം ഒഴുകട്ടെ. ഗംഗ, പരിശുദ്ധയായിരിക്കട്ടെ."

ഭാഗീരഥി നദിക്കു കുറുകെയാണ് ടെഹരി ഡാം സ്ഥിതിചെയ്യുന്നത്. ഏഷ്യയിലെ ഏറ്റവും ഉയരമുള്ള അണക്കെട്ടാണിത്. 1960 ലാണ് ഈ പദ്ധതി ആസൂത്രണം ചെയ്യപ്പെട്ടത്. 1972 ൽ പ്ലാനിങ് കമ്മീഷൻ ഇതിന് അംഗീകാരം നൽകി. ഈ ഭീമൻ അണക്കെട്ടുവന്നതോടെ ആയിരക്കണ ക്കിനാളുകൾ കുടിയൊഴിക്കപ്പെട്ടു. ജനങ്ങൾ കോടതിയെ സമീപിച്ചു. ശാസ്ത്രകാരന്മാർ ഈ രാക്ഷസീയ പദ്ധതിയെ എതിർത്തു. വലിയ ഭൂക മ്പത്തിന്റെ സാധ്യതവരെ ശാസ്ത്രകാരന്മാർ കണ്ടു. ഇതൊക്കെയായിട്ടും അണക്കെട്ടുപദ്ധതി മുന്നോട്ടുപോവുകയായിരുന്നു. വീടില്ലാത്ത വനെപ്പോലെ സുന്ദർലാൽ വീടായ വീടുകൾ തോറും സന്ദർശിച്ച് ജന ങ്ങളുമായി സംസാരിച്ചു. നാടുമുഴുവൻ അലഞ്ഞു. സ്വന്തം മണ്ണിൽ നിന്നും പറിച്ചെറിയപ്പെടാൻ പോവുന്ന ജീവിതങ്ങളാണെങ്ങും. ആരാണ് ഈ ജീവിതങ്ങളെ വിലമതിക്കുന്നത്. സമ്പന്നതയുടെ ഒരു സമാന്തര ഹിമാ ലയം കെട്ടിപ്പൊക്കാനനുള്ള ബദ്ധപ്പാടിൽ ഇന്ത്യയുടെ യഥാർഥഹിമാലയം. ജീവിതത്തിന്റെയും സ്നേഹത്തിന്റെ കളിത്തൊട്ടിലായ ഹിമാലയം തക രാൻ പോവുകയാണ്. പക്ഷേ, ആരാണിതിനെപ്പറ്റി ചിന്തിക്കുന്നത്. 'ഹിമാ ലയം തകരുകയോ, അസംബന്ധം,' എന്നായിരിക്കും വായനക്കാരും ചിന്തിക്കുന്നത്. എന്നാൽ പർവതങ്ങൾക്കും ഒരു മനസും ശരീരവുമു ണ്ടെന്നും അത് ജീവന്റെ ഊർജകേന്ദ്രമാണെന്നും കാണാൻ കണ്ണുള്ള വർക്ക് കാര്യങ്ങൾ മനസിലാവും.

1989 ൽ സുന്ദർലാൽ ഒരാഴ്ചത്തെ നിരാഹാരസമരത്തിന് തുടക്കമി ട്ടു. അണക്കെട്ട് കേന്ദ്രത്തിനു പുറത്തായിരുന്നു നിരാഹാരം. അണക്കെട്ട് കേന്ദ്രത്തിലേക്ക് പോവാൻ ആരുമദ്ദേഹത്തെ അനുവദിച്ചില്ല, പടുകൂറ്റൻ യന്ത്രങ്ങൾ അവിടെ സംഹാരതാണ്ഡവമാടുകയാണ്. നിരാഹാരസമര ത്തിന്റെ നാലാംദിവസം സുന്ദർലാൽ ഒരു ബുൾഡോസറിലേക്ക് ചാടി ക്കയറി. അവർക്ക് ആ സമയം ജോലി നിർത്തേണ്ടിവന്നു. സന്ധ്യയായ പ്പോൾ മഞ്ഞുവീഴാൻ തുടങ്ങി. കൊടുംശൈത്യം സഹിച്ചും സുന്ദർലാൽ സത്യഗ്രഹം തുടങ്ങി. അത് ജനങ്ങൾക്ക് ആവേശം നൽകി.

'ഒരു വൃക്ഷം പത്തു മക്കൾക്കു തുല്യമാണ്'

ഉപനിഷത്ത് പറയുന്നതാണിത്. ഒരു വൃക്ഷം പത്തുപുത്രന്മാർക്കു സമമാണെന്ന്. അല്ലെങ്കിൽതന്നെ വൃക്ഷങ്ങൾ ഭൂമിയിലില്ലെങ്കിൽ പുത്ര

മാനസ സരോവർ

ന്മാരുണ്ടാവുകയയുമില്ലല്ലോ?

അണക്കെട്ടു നിർമാണവുമായി ബന്ധപ്പെട്ട് കാടിന്റെ നെഞ്ച് കൊത്തിവലിക്കുകയാണ് യന്ത്രങ്ങൾ. ഭൂമിയുടെ വേദന അമർന്നു കത്തുന്ന തീപോലെ സുന്ദർലാലിന്റെ ഹൃദയത്തിലേക്കു പടർന്നു. അത് പ്രകൃതിയുടെ പ്രാണവേദനയാണ്. ജീവന്റെ നാദമാണ് തേങ്ങുന്നത്. മരണം ജീവന്റെമേൽ നടത്തുന്ന നൃത്തം. വൃക്ഷശിഖരങ്ങൾ വെട്ടിപ്പി ളർക്കുന്നു. ജനങ്ങൾ കൂട്ടംകൂട്ടമായി വന്നു. 'കാട് ഞങ്ങളുടെ അമ്മ' യാണ് എന്നു പറഞ്ഞുകൊണ്ടവർ പരസ്പരം കൈകൾ കോർത്ത് മര ങ്ങൾക്ക് കാവൽനിന്നു. നമുക്ക് നന്മയല്ലാതെ ഒന്നും പകർന്നുതരാൻ കഴിയാത്ത വൃക്ഷങ്ങൾ. മണ്ണ്, ജലം, ശുദ്ധവായു അതല്ലെങ്കിൽ ഉറവ യാണ്, തേജസിനികളായ മരങ്ങൾ. ആയിരക്കണക്കിന് ഹരിതവൃക്ഷ ങ്ങൾ വെട്ടിനശിപ്പിക്കാൻ പദ്ധതിയിട്ടിരിക്കയാണ്. നശീകരണത്തിന്റെ കോടാലി നന്മയുടെ ശിരസിനുമേൽ വീഴുകയാണ്.

കൊടാലി കൈയിലേന്തിയ ആൾ ഒരു മരം വെട്ടാനാഞ്ഞപ്പോൾ സുന്ദർലാൽ ആ പൂമരത്തെ കെട്ടിപ്പിടിച്ചു. അയാൾ അടുത്ത വൃക്ഷത്തെ ലക്ഷ്യമാക്കി പോയി. തുടക്കത്തിൽ ജനങ്ങൾ സുന്ദർലാലിന്റെ സമരത്തെ അനുകൂലിച്ചില്ല. അദ്ദേഹം ജനങ്ങളുടെ കുടിലിനുമുന്നിലെത്തി. അവർ അദ്ദേഹത്തിനു നേരെ വാതിലുകൾ കൊട്ടിയടച്ചു. അദ്ദേഹം അവരുടെ ശത്രുവാണെന്ന് അവർ പറഞ്ഞു. അവരുടെ ഗുണത്തിനു തടസം നിൽക്കുന്ന ആൾ. അന്നാണ്, സുന്ദർലാൽ മരണംവരെ നിരാഹാര സമരം പ്രഖ്യാപിച്ചത്. രാത്രിയിൽ മഞ്ഞുവീഴുമ്പോൾ തണുപ്പുകറ്റാൻ കുറച്ച് വൈക്കോൽ കരുതിയിരുന്നു. ഗ്രാമങ്ങളിൽ നിന്ന് ജനങ്ങൾ കാണാൻ വന്നു. നാലാം ദിവസം സുന്ദർലാൽ കാണുന്നത് വൈക്കോൽ കത്തുന്ന താണ്. സുന്ദർലാൽ തന്റെ ഒരേയൊരു സമ്പാദ്യമായ ബാഗും കൈയി ലാക്കി സ്ഥലം വിട്ടു. അല്ലായിരുന്നെങ്കിൽ അദ്ദേഹം വധിക്കപ്പെടുമായി രുന്നു. സത്യഗ്രഹത്തിന്റെ 13-ാം ദിവസം സുന്ദർലാൽ ജയിലടയ്ക്കപ്പെട്ടു. ജയിലിൽ വെച്ചും അദ്ദേഹം നിരാഹാരം തുടർന്നു. അധികൃതർ ഭക്ഷ

ണവും മരുന്നും നിർബ
ന്ധിച്ചു നൽകാൻ ശ്രമിച്ചു.
സുന്ദർലാൽ ആവട്ടെ
ചെറുത്തുനിന്നു. പ്രകൃ
തിഭക്ഷണവും ജീവിത
രീതിയുമാണ് സുന്ദർ
ലാൽ പിന്തുടർന്നിരുന്ന
ത്. അധികൃതർ കുഴ
ങ്ങി. അവർ വീണ്ടും
ആഹാരം നൽകാൻ ശ്ര
മിച്ചപ്പോഴും സുന്ദർ
ലാൽ പ്രതിഷേധിച്ചു.
അങ്ങനെ ഡെഹ്റാ
ഡൂൺ ജയിലിലേക്ക
ദ്ദേഹം അയക്കപ്പെട്ടു.
നിത്യവും ഒരു സംഘം
ഡോക്ടർമാർ അദ്ദേ
ഹത്തെ പരിശോധിച്ചി
രുന്നു. സുന്ദർലാലിന്റെ
ആരോഗ്യത്തിന് യാ

ഹിമാലയത്തിലെ ഗോത്രവർഗക്കാർ

തൊരുവിധ കുഴപ്പവുമില്ലായിരുന്നു. 24-ാമത്തെ ദിവസം അധികൃതർ
സുന്ദർലാലുമായി കൂടിക്കാഴ്ചയ്ക്കു തയാറായി. അങ്ങനെ
പ്രാർഥനാനിർഭരമായ സുന്ദർലാലിന്റെ സമരത്തിന് വിരാമമായി. 1981
ഏപ്രിൽ അവസാനം, ഹരിതവനങ്ങൾ വാണിജ്യത്തിനായി വെട്ടിമാറ്റു
ന്നത് നിരോധിച്ചുകൊണ്ടുത്തരവായി. എന്നാൽ ഈ ഉത്തരവിന് ഉത്തർപ്ര
ദേശിൽ മാത്രമേ പ്രാബല്യമുണ്ടായിരുന്നുള്ളൂ. കാശ്മീർ മുതൽ
കോഹിമവരെ വ്യാപിച്ചുനിൽക്കുന്നതാണ് ഹിമാലയം. സുന്ദർലാൽ തന്റെ
പ്രചാരണം അവസാനിപ്പിച്ചില്ല. പദയാത്രകളിലൂടെ അദ്ദേഹം ജനങ്ങളി
ലെത്തി. ജനങ്ങൾ അദ്ദേഹത്തെ തിരിച്ചറിഞ്ഞു. സുന്ദർലാൽ ബഹുഗുണ
ഉണർത്തിവിട്ട പരിസ്ഥിതിവാദ ആശയങ്ങളുടെ പ്രസക്തി ജനങ്ങൾ
ഇന്നു ചർച്ചചെയ്യാൻ തുടങ്ങിയിരിക്കുന്നു.

9

നിളാനദി നെഞ്ചോടു ചേർത്ത കവി പി കുഞ്ഞിരാമൻ നായർ

പി കുഞ്ഞിരാമൻ നായർ

നിളാനദി നെഞ്ചോടുചേർത്ത മലയാളത്തിന്റെ പ്രിയകവി പി കുഞ്ഞിരാമൻ നായർ പറയുന്നതാണിത്. മഞ്ഞിൽ അലിഞ്ഞുചേർന്ന മുല്ലപ്പൂക്കൾപോലെ നമ്മുടെ സംസ്കാരത്തിന്റെ സ്വപ്നങ്ങളിൽ പി കുഞ്ഞിരാമൻനായരുണ്ട്. ഒരൊറ്റ അക്ഷരംകൊണ്ട്, മലയാളദേശം മുഴു വനറിയുന്ന കവിപ്രതിഭ. വിഷാദവതികളായി കൊഴിഞ്ഞു വീഴുന്ന പൂക്ക ളെയും പ്രഭാത ചുംബനമേറ്റുണരുന്ന തരുണദലങ്ങളെയും ഒരുപോലെ സ്നേഹിച്ച പാവനത്വമാർന്ന ഒരു മനസിന്റെ പേരാണ് "പി" എന്നത്. പ്രകൃതിയെ സ്നേഹിച്ച ഒരുപാടു കവികളുണ്ട്. എന്നാൽ പ്രകൃതി

സ്നേഹിച്ച ഒരു കവിയേ മലയാളത്തിനുള്ളൂ. അതാണ് പി. പ്രകൃതി യുടെ വസന്തരശ്മികളേറ്റു വിടർന്ന ആ പ്രതിഭ പ്രപഞ്ചസൗന്ദര്യത്തെ വർണിക്കുന്നതു നോക്കുക.

> നാലുപാടും നീല മേലാപ്പുകെട്ടിയ അനന്തചക്രവാളം: മേഘമാ ലകൾക്ക് എത്തിപ്പിടിക്കാൻ കഴിയാത്ത അഗാധനീലിമ; കണ്ണെ ത്താത്ത സൗന്ദര്യസരസിനു കരിങ്കൽപ്പടവുകൾ തീർത്ത മലനി രകൾ; കിഴക്കും തെക്കും പടിഞ്ഞാറും വടക്കും ഇതൾവിരിഞ്ഞ ഗിരിനിരകളുടെ നീലത്താമരത്തടാകങ്ങൾ. കിനാവുകളുടെ അന ന്തസാമ്രാജ്യം. നേർത്ത മൂടൽ മഞ്ഞിന്റെ മൂടുപടം. അറ്റം പെടാത്ത മനോരാജ്യങ്ങളുടെ പരന്ന കരിമ്പാറക്കുന്നുകൾ; ഉറക്കക്ഷീണം പെട്ട കുപ്പിവളയിട്ട ചടച്ച പാടങ്ങൾ, പച്ച പാതിതുടച്ച തോട്ടങ്ങൾ. പാളിനോക്കുന്ന ഗ്രാമീണഭവനങ്ങൾ. നാടോടിപ്പാട്ടു പാടി വയ ലേലകൾക്കിടയിൽക്കൂടി പാദസരമിട്ട് ഭർതൃഗൃഹത്തിലേക്കു പോകുന്ന ഭാരതപ്പുഴ.

(കവിയുടെ കാൽപ്പാടുകൾ)

മഹാകവി പി പ്രകൃതിയെ വർണിക്കുകയാണോ എന്നു സംശയം തോന്നുന്നു. അദ്ദേഹം പ്രകൃതിയെ അണിയിച്ചൊരുക്കുകയാണ്. കവി തയുടെയും സൗന്ദര്യത്തിന്റെയും അനശ്വരലോകത്തേക്കാണദ്ദേഹം പ്രപ ഞ്ചത്തെ അണിയിച്ചൊരുക്കുന്നത്. *നിളാനദിയുടെ കാൽപ്പാടുകളാണ് പി യുടെ ആത്മകഥ.* പി യുടെ ജീവിതം തന്നെ ഒരു കവിതയായിരുന്നു. ഒരർഥത്തിൽ അദ്ദേഹത്തിന്റെ കവിതകളേക്കാൾ വലിയ കവിതയായാണ് ആ ജീവിതത്തെ മലയാളികൾ സ്നേഹിക്കുന്നതും ലാളിക്കുന്നതും. പി യുടെ കവിതതന്നെയാണ് അദ്ദേഹത്തിന്റെ ആത്മകഥയും. കൂട്ടിൽനിന്നും വീണുപോയ പറക്കമുറ്റാത്ത കിളിക്കുഞ്ഞ് കൂടിനെ നോക്കി കൊതിക്കു ന്നപോലെയായിരുന്നു അദ്ദേഹം പ്രകൃതിയെ വീക്ഷിച്ചത്. അസ്തമയ സൂര്യരശ്മികൾ സമുദ്രനീലിമയിൽ ലയിക്കുന്നപോലെ ഈ വിശ്വപ്ര കൃതിയുടെ അനഘസൗന്ദര്യത്തിൽ ലയിച്ചുചേരാൻ ആ ഹൃദയം തുടിച്ചു. തപിച്ചു. ആ തുടിപ്പും തപവും വ്യഥയുമാണ് പി യുടെ കവിതകൾ. മഴ വിൽ ചിറകിലേറി ബ്രഹ്മാണ്ഡത്തെ വലംവയ്ക്കാൻ കൊതിച്ച സ്വപ്നാ ടകനായിരുന്നു അദ്ദേഹം.

> "ഏറെത്തിരക്കുള്ള കാറ്റിനു പൂക്കൾ തൻ
> പേരോർമ്മവെയ്ക്കാൻ കഴിയില്ലെങ്കിലും
> തന്നു നീ പേരും വിലാസവും കൂറുറ്റു
> വന്നു വിളിക്കാതെ പാതിരാച്ചന്ദ്രികേ!"

എന്ന വരികളിലെ കവിഹൃദയത്തിലേക്കൊഴുകിയെത്തുന്ന പാതി രാച്ചന്ദ്രികമുതൽ വസന്തവൃത്തത്തിലെ തേനീച്ചകൾവരെ കവിയുടെ കൂട്ടുകാരായിരുന്നു.

കേരളത്തിന്റെ ദേശത്തനിമയും സംസ്കാരവും ഋതുഭേദങ്ങളും

വശ്യമധുരമായി ഉൾച്ചേർന്ന കവിതകളാണ് പി കുഞ്ഞിരാമൻ നായരു
ടേത്. മീനമാസത്തിലെ ഒരു പാതിരാവിൽ വിരിഞ്ഞുനിൽക്കുന്ന മലയാള
സൗന്ദര്യത്തെ കവി വർണിക്കുന്നതു നോക്കുക;

തറവാട്ടു മച്ചകങ്ങൾ തോറും പുഷ്പശരനായ കാമദേവൻ കരിമ്പു
വില്ലു കുലയേറ്റി നിൽക്കുന്നു. പൂവും പൂവടയും പായസവും പൂര
ച്ചോറുംകൊണ്ട് വിരുന്നൂട്ടി കൂമ്പുവെറ്റിലയിൽ കളിയടയ്ക്കയും
വാസനച്ചുണ്ണാമ്പുമായി സൽക്കാരമേൽക്കുന്നു. പെൺകിടാങ്ങ
ളുടെ നെറുകയിൽ പുഞ്ചിരിപ്പൂപ്രസാദം ചിതറി പുഷ്പബാണൻ
യാത്രയയാകുന്നു. അടുത്തയാണ്ടിൽ മാവു പൂക്കുമ്പോൾ മാമ്പഴം
ഉതിരുമ്പോൾ വീണ്ടും വരാൻ കുറികുറിച്ച് കുരവയോടെ പൂവിട്ട്
പടിവരെ ചെന്നു കന്യകമാർ യാത്രയയാക്കുന്നു. പൊൻതാലത്തിലെ
നെൽവിളക്കൊളിപോലെ മലനാടഴക് ചന്ദനവരക്കുറിമായുന്ന
കൈതപ്പൂനെറ്റികളിൽ നിഴലിക്കുന്നു. അഞ്ജനക്കണ്ണുകളിൽ കരി
മീൻ പുളയുന്നു. ചുരുണ്ട കുറുനിരകളിൽ കരിവണ്ടൊളി പാറു
ന്നു. കണ്ണാടിക്കവിളുകളിൽ ചെമ്പകപ്പൂനിറം മുഖം കാണിക്കുന്നു.
ചുണ്ടിൽ ചെമ്പനീർ അഴക് പൊന്തുന്നു. അവയ്ക്കിടയിൽ മീന
നിലാവ് വിരിയുന്നു. പൂവിട്ട് ഉലഞ്ഞ കൈകളിൽ വസന്തത്തിന്റെ
മുല്ലവള്ളി ഊയലാടുന്നു. മാറിൽ ചെന്താമര മൊട്ടിടുന്നു.

(കവിയുടെ കാൽപ്പാടുകൾ)

ശിൽപ്പസൗന്ദര്യം നർത്തനമാടുന്ന വരികളാണിവ. വാങ്മയ ചിത്ര
ങ്ങളാൽ പ്രകൃതിയിലെ വിഭിന്നവർണങ്ങളെ കോർത്തു കെട്ടുകയാണ്
പി. ഒരു പെൺകിടാവ് പുലർകാലത്തെഴുന്നേറ്റ് പൂവുകോർക്കുമ്പോലെ
യാണ് പി കവിതയെഴുതുന്നത്. ഗദ്യഭാഷയിൽ അദ്ദേഹം കോർത്തുകെ
ട്ടുന്നത് കവിതയുടെ പൂക്കളാണ്. പദ്യത്തിലെഴുതിയാലേ കവിതയാവൂ
എന്നു കരുതുന്നവരോട് വിശ്വമഹാകവി ഒക്ടേവിയോ പാസ് പറഞ്ഞത്,
ഇതാണ്: "Poetry is within prose as trees are on earth"(ഭൂമിയിലെ
വൃക്ഷങ്ങളെന്നപോലെ ഗദ്യത്തിൽ കവിതയുണ്ട്)

പി യുടെ മാന്ത്രികവിരലുകൾ സ്പർശിച്ചതൊക്കെയും വിടർന്നത്
കവിതയായിട്ടാണ്.

പൂമ്പൊയ്കയിലെ ആമ്പൽമൊട്ടുകളും ദേവഹംസങ്ങളും

മാധുര്യമൂറുന്ന കവിതകളാണ് പി യുടേത്. അസാധാരണമായ
സംഗീതമുണ്ടവയിൽ. നിശ്ചലമായ പ്രകൃതിയല്ല, സഞ്ചരിക്കുന്ന പ്രകൃ
തിയാണ് പി തന്റെ കവിതയിൽ വരച്ചിട്ടത്.

"ഓണപ്പുലരികൾ പോകും വരമ്പേരി
തൈമണിത്തെങ്ങണിത്തോപ്പുകൾ പിന്നിട്ടു
ശാരദസന്ധ്യതൻ പൂക്കുമ്പിൽ ചിന്നിയൊ–
രാവഴിത്താരയിൽ മാഞ്ഞു നിലാവവൾ"

എന്ന് എഴുതുന്നിടം പ്രകൃതിയുടെ ചലനസൗന്ദര്യം സ്പഷ്ടമാണ്. ഭൂമിയുടെ ചാന്ദ്രസൗന്ദര്യം വഴിഞ്ഞൊഴുകുന്ന ഭാവനയാണ് പി യുടേത്. പ്രകൃതിയാണ് പി യുടെ വീട്. അതിനെക്കുറിച്ച് മഹാകവി തന്നെ അവ തരിപ്പിക്കുന്നത് നോക്കുക.

"മൽസ്യ-മാംസം കഴിക്കില്ലേ?

കഴിക്കും.

ഏതു മത്സ്യം?

ഈ മനുഷ്യന് ഊണില്ലേ?

ഉവ്വ്. പ്രകൃതിസൗന്ദര്യം.

കിണ്ണം?

ഭൂമി.

പാൽ കഴിക്കുമോ?

ഉവ്വ്. പൂനിലാവ്-കവി കഴിക്കുന്ന പശുവി-
ൻപാല്-പൂനിലാവ്.

വെള്ളിക്കോപ്പ്?

ചന്ദ്രമണ്ഡലം.

മുന്തിരിയും കൽക്കണ്ടവും?

നക്ഷത്രങ്ങൾ.

വായിക്കുന്ന കവിതകൾ?

വസന്തത്തിന്റെ പൂക്കൾ.

മൂളിപ്പാട്ട്?

ഭാരതപ്പുഴ.

കളഭം?

സാന്ധ്യപ്രഭ.

ഭസ്മം?

നാട്ടുവെളിച്ചം

പേന?

മഴവില്ല്

മഷിക്കുപ്പി?

കടൽ

മഷി?

കടൽവെള്ളം

ജനിച്ചരാജ്യം?

മനോരാജ്യം.

സാക്ഷാൽ തറവാട്?

സൂര്യമണ്ഡലം."

നിഷ്കളങ്കനായ ഒരു ശിശുവിനെപ്പോലെ നാടാസകലം അലഞ്ഞു തിരിഞ്ഞ പി ക്ക് പ്രകൃതിയിൽ നിന്ന് വേറിട്ട് ജീവിതമുണ്ടായിരുന്നില്ല.

ഉദയാസ്തമയങ്ങളും ആകാശനീലിമയും പാർവണേന്ദുമുഖിയുമെല്ലാം പി ക്ക് പ്രിയങ്കരമായ അനുഭവങ്ങളായിരുന്നു.

പൊൻപുലരിയെ കവി വാഴ്ത്തുന്നത് നോക്കുക;

ആദികവി വളർത്തുന്ന, ചുവപ്പൻ തലപ്പാവു വെച്ച പൂങ്കോഴി കൂകി. വെളിച്ചത്തിന് എന്നും അകമ്പടി നിൽക്കുന്ന പൂങ്കോഴി അകലെ-വയലേലമുക്കിൽ മാന്തോപ്പിന്നിടയിൽ കൊച്ചുകൃഷ്ണവലമാടത്തിൽ കരിവളയിട്ട രാക്കുരുവിച്ചെറുമിയൊത്തു കഴിയുന്ന പൂങ്കോഴി. കിഴക്കൻമല പൊന്നായി. സപ്തസ്വര സാധകം ചെയ്യുന്ന കടലിനു നാദസിദ്ധി കൈവന്നു. ആകാശത്തിനു പുതിയ മാണിക്യക്കല്ലു കിട്ടി. നാടുംവീടും വിട്ട് അങ്ങിങ്ങ് അലഞ്ഞുനടക്കുന്ന ഇളങ്കാറ്റിനെ ലോകം അംഗീകരിച്ചു. മരതകമണിത്താഴ്വരയിൽ കൂടി കിഴ ക്കൻകാവിൽ കുളിച്ചുതൊഴുതു കസവുമുണ്ടുടുത്ത തുലാമാസ പ്പുലരി വന്നു.

(അവളുടെ പൊൻചിലമ്പൊലി)

പൂമ്പൊയ്കയിലെ ആമ്പൽമൊട്ടുകളും ദേവഹംസങ്ങളും ആ കാൽപ്പനിക മനസിനെ മദിപ്പിച്ചു.

മലയാളിത്തത്തിന്റെ കളിയച്ഛൻ

മലയാളസാംസ്കാരികത്തനിമയും ദേശാഭിമാനബോധവും ജീവകാ രുണ്യവും പ്രകൃതിഭക്തിയും ഓളംതല്ലുന്ന കവിതകളാണ് പി എഴുതി യത്. ഇതിനെല്ലാമുപരി അദ്ദേഹത്തിന് ഉയർന്ന ജനാധിപത്യസങ്കൽപ്പ മുണ്ടായിരുന്നു. അദ്ദേഹത്തിന്റെ സ്വാതന്ത്ര്യസങ്കൽപ്പം ഉയർന്നതായി രുന്നു. മാനസികമായ അടിമത്തത്തെ അദ്ദേഹം വെറുത്തിരുന്നു. സ്വാത ന്ത്ര്യാനന്തര ഇന്ത്യയിലെ മാനസികമായ അടിമത്തത്തെക്കുറിച്ചദ്ദേഹം എഴുതുന്നതു നോക്കുക:

"മോചനം നേടി ഗാത്രമെങ്കിലും സംസ്കാരത്തിൽ
ചേതന ദാസ്യോച്ഛിഷ്ടമമൃതായുണ്ണുംനാട്ടിൽ,
തന്നുടെ കണ്ണിന്നല്ല, പുതുതായ് വാങ്ങും ശീമ-
ക്കണ്ണടയ്ക്കത്രേ വിലയെന്നഭ്യസിക്കും നാട്ടിൽ,
കെട്ടിവെയ്ക്കുന്നു പണക്കിഴിയെന്നാലും
വിലപ്പെട്ടതാമെന്തോ നഷ്ടപ്പെട്ടു പോയൊരു നാട്ടിൽ
ആർഷഭാരതത്തിന്റെ തോലുരിച്ചെങ്ങും ചീർത്ത
പാദരക്ഷകൾ തീർത്തു തകർക്കും രാഷ്ട്രത്തിങ്കൽ
സ്വാർഥദുർഗന്ധി വേർപ്പു പെറ്റുണ്ടാമഭിനവ
ജാതിയും മതങ്ങളും കിടക്കുമാ രാഷ്ട്രത്തിൽ
കാലിയും കർഷകനും കവിയും കണ്ണീർമോന്തി
വേലികൾ വിലതിന്നു ഞെളിയുമാരാഷ്ട്രത്തിൽ

ഭീകരമുദ്യോഗസ്ഥമേൽ ജാതി, യവശമാം
മൂകകോടിയെത്തീണ്ടാതാട്ടിയോടിക്കും നാട്ടിൽ"

(നഗ്നകേരളം)

ജാതിമതാന്ധമായ സംസ്കാരത്തെ കവി വെറുത്തു. എല്ലാത്തരം അധികാര വ്യവസ്ഥയോടും രോഷംകൊണ്ട കവിയായിരുന്നു പി.

കളിയച്ഛൻ, ഓണസദ്യ, പൂക്കളം, താമരത്തോണി, വസന്തോത്സവം, ചിലമ്പൊലി രഥോത്സവം, താമരത്തേൻ, കവിയുടെ കാൽപ്പാടുകൾ (ആ ത്മകഥ) എന്നിവയാണ് പി യുടെ പ്രധാനകൃതികൾ. 1906 ന് ഉത്തരകേ രളത്തിലെ കാഞ്ഞങ്ങാട് ആണ് കവി ജനിച്ചത്. തന്റെ കാവ്യകലയുടെ കേളീരംഗമായി പി തെരഞ്ഞെടുത്തത് മധ്യകേരളത്തിലെ വള്ളുവനാട് ആണ്. ചാരുതയാർന്ന പ്രകൃതിദൃശ്യങ്ങൾകൊണ്ടും സാംസ്കാരിക ഔന്നത്യംകൊണ്ടും സവിശേഷതയാർന്ന വള്ളുവനാടിന്റെ പുത്രനായി രുന്നു പി. തന്റെ കാലഘട്ടത്തിലെ പ്രതിഭാശാലികളായ എഴുത്തുകാരു മായി പി ആത്മബന്ധം പുലർത്തിയിരുന്നു. ചങ്ങമ്പുഴ, ഇടശ്ശേരി, വൈലോപ്പിള്ളി തുടങ്ങിയവരായിരുന്നു അതിൽ പ്രധാനികൾ. സത്യസൗ ന്ദര്യങ്ങളുടെ നിറകുടമായിരുന്നു പി ക്ക് പ്രകൃതി. യഥാർഥത്തിൽ പ്രകൃ തിഭക്തനായ കവിയായിരുന്നു പി. "വിശ്വപ്രകൃതിയാൾ തൻ കലാശാ ലയിൽ വിസ്തൃത സൗന്ദര്യപാഠം" എന്നാണദ്ദേഹം പറയുന്നത്. കാസർകോട് ജില്ലയിലെ കാഞ്ഞങ്ങാട്ട്, വെള്ളിക്കോത്ത് പുറവങ്കര തറ

ഇടശ്ശേരിയും പിയും

വാട്ടിൽ കുഞ്ഞമ്പുനായരുടെയും പലനയന്തട്ട വീട്ടിൽ കുഞ്ഞമ്മയമ്മ
യുടെയും മകനായി, 1906 ഒക്ടോബർ 25-ാം തീയതി (1082 തുലാം 9)
പി കുഞ്ഞിരാമൻ നായർ ജനിച്ചു. കുട്ടിക്കാലത്തുതന്നെ സംസ്കൃത
വിദ്യാഭ്യാസം നേടിയിരുന്നു. ഉപരിവിദ്യാഭ്യാസം പൂർത്തിയാക്കാൻ അദ്ദേ
ഹത്തിനു കഴിഞ്ഞിരുന്നില്ല. നിരവധി സ്കൂളുകളിൽ അധ്യാപകനായും
പത്രപ്രവർത്തകനായും അദ്ദേഹം ജോലി ചെയ്തു. സാമ്രാജ്യത്വത്തിനും
നാടുവാഴിത്തത്തിനുമെതിരെ ശബ്ദിച്ച ദേശസ്നേഹിയായിരുന്നു പി
കുഞ്ഞിരാമൻ നായർ.

നാടൻപാട്ടിന്റെ മാധുര്യവും നാടോടിപ്പൊലിമയും ഉത്സവാഘോഷ
ങ്ങളും പുരാവൃത്തങ്ങളും മൊഴിബിംബങ്ങളും അനർഗളമായൊഴുകുന്ന
നദിയാണ് പി യുടെ കവിതകൾ. പ്രകൃതിയെയും പരിസ്ഥിതിയെയും
സകല ജീവഗണങ്ങളെയും അദ്ദേഹം സ്നേഹിക്കുകയും ലാളിക്കുകയും
ചെയ്തു. സ്വന്തം ഭാര്യയെയും കുടുംബത്തെയും ബന്ധുമിത്രാദിക
ളെയും മറന്ന് അദ്ദേഹം പ്രകൃതിയിൽ വിലയംകൊണ്ടു. ഇത് അദ്ദേഹം
ബോധപൂർവം ചെയ്തതായിരുന്നില്ല. ആഴമേറിയ ഒരുൾവിളിയായിരുന്നു
അദ്ദേഹത്തിന് പ്രകൃതി. ആ ബന്ധം അദ്ദേഹത്തിന് ഒരുപാടു നഷ്ടങ്ങൾ
വരുത്തി. ബന്ധുക്കളും സുഹൃത്തുക്കളും അകന്നു. അതിന്റെ വിഷാദ
ഭാവം അദ്ദേഹത്തെ ജീവിതാന്ത്യംവരെ പിന്തുടർന്നു. ഒരു വ്യക്തിയുടെ
അന്ത:കരണത്തിൽ ഇങ്ങനെ കടുത്ത വിഷാദം പിടിപെടുന്നതിന്റെ
കാരണം വ്യക്തിതലത്തിലല്ല അന്വേഷിക്കേണ്ടത്. പ്രകൃതിയോടുള്ള
അടുപ്പമെന്ന ആന്തരിക പ്രചോദനവും സാമൂഹികാസ്തിത്വവും തമ്മി
ലുള്ള വൈരുധ്യമാണ്. എന്നാൽ പലരുമിതിനെ പി യിലെ നിഷേധാ
ത്മക വശമായി ചിത്രീകരിക്കുന്നുണ്ട്. യഥാർഥത്തിൽ പി യുടെ സർഗാ
ത്മകഭാവമായിരുന്നു അത്.

പി മനുഷ്യസ്നേഹിയും പരിസ്ഥിതിസ്നേഹിയുമായിരുന്നു. മുത
ലാളിത്താധുനീകരണത്തിന്റെ സംഹാരാത്മകതയെ അദ്ദേഹം ഭീതി
യോടെയാണ് കണ്ടത്. ജൈവ വൈവിധ്യത്തെക്കുറിച്ച് സമഗ്രമായി പ്രതി
പാദിക്കുന്ന കവിതകളാണ് പി യുടേത്. പൂക്കളും വണ്ടുകളും ചെടികളും
പുഴുക്കളും മൃഗങ്ങളും പക്ഷികളുമായിരുന്നു പി യുടെ കൂട്ടുകാർ. എത്ര
യെത്ര സസ്യജാലത്തെക്കുറിച്ചാണ് പി യുടെ കവിതകൾ സംസാരിക്കു
ന്നത്. പാശ്ചാത്യ മാനവതാവാദത്തിന്റെ യുക്തികളെ നിഷേധിച്ചുകൊണ്ട്
പ്രകൃതിയുടെയും ആവാസവ്യവസ്ഥയുടെയും ഒരു ആന്തരികലോകം
പി തുറന്നിടുന്നു. കൽക്കണ്ടവും ശർക്കരയും കപ്പലണ്ടിയും ദോശയും
എല്ലാം തന്റെ വലിയകീശയിൽ നിറച്ച് കാക്കയ്ക്കും പൂച്ചയ്ക്കും ഉറു
മ്പിനും ഈച്ചകൾക്കും പകുത്ത് കൊടുത്തും അവയോട് കിന്നാരം
പറഞ്ഞും അവരുടെ സംതൃപ്തിയിൽ ആഹ്ലാദിച്ചും ജീവിച്ച പി പരിസ്ഥി
തിസ്നേഹത്തിന്റെ നിറഞ്ഞ മാതൃകയായിരുന്നു. മനുഷ്യരെ ചിത്രീക
രിക്കുമ്പോൾ അവർക്കെല്ലാം പ്രകൃതിയുടെ രൂപകമുണ്ടാവും കവിയുടെ
കാൽപ്പാടുകളിൽ നിന്നും ഒരു ഭാഗം;

നിളാ നദി

ഇഞ്ചിയും കാന്താരിമുളകും വിളികേട്ട ഏറനാടൻ മണ്ണിൽ കുരുത്ത രൂക്ഷഗന്ധമുള്ള വെള്ളക്കുരുമുളകുവള്ളി. അതാണുണ്ണൂലിഅമ്മ. എരി വുള്ള ഇഞ്ചിക്കിഴങ്ങ്. ചൊടിയുള്ള കാന്താരിമുളക്. അതാണ് ആ മനസ്സ്.

..................മാണിക്യം കൈയിലുള്ള സ്വർണനിറപ്പാമ്പ്. വിലപ്പെട്ട ആടയാഭരണങ്ങൾ. ഏറനാടൻ കവുങ്ങിൻ തോപ്പിൽ പാഞ്ഞുകളിച്ച ആ പുള്ളിമാൻ.

ഇങ്ങനെ മനുഷ്യനും ജന്തുജാലവും പ്രകൃതിയും ഒന്നിനൊന്നിടക ലർന്ന് വിരിയുന്നതാണ് പി യുടെ ഭാഷ. മലയാളദേശത്തിന്റെ സാംസ്കാ രിക വൈവിധ്യത്തിന്റെയും ഭാഷയാണ്. ദേശഭേദങ്ങൾക്കനുസരിച്ചും ഋതുഭേദങ്ങൾക്കനുസരിച്ചും പ്രകൃതിയിലും ജന്തുജാലത്തിലും മനുഷ്യ മനസിലും വരുന്ന മാറ്റങ്ങളെ പി ആവിഷ്കരിക്കുന്നു. അതാണ് പി യുടെ കവിതകളിലെ പാരിസ്ഥിതികത. അത് കേവലം പ്രകൃതി വർണനയല്ല. നമ്മുടെ സാംസ്കാരികവൈവിധ്യത്തെ സൂക്ഷ്മമായി പ്രതിപാദിക്കുന്ന പാരിസ്ഥിതിക പാഠങ്ങളാണ്. കാവും കൽപ്പവൃക്ഷവും, പാമ്പും പുഴ കളും മലകളും തിങ്ങിപ്പൊങ്ങുന്ന ഭാഷയാണ്. അതിൽ കേരളീയ പാര മ്പര്യത്തെയും സംസ്കാരത്തെയും അതിന്റെ ദേശ-കാലഭേദമനുസരിച്ച് ആവിഷ്കരിക്കുന്നുണ്ട്. നക്ഷത്രങ്ങളെ നോക്കി നടന്ന് കാലുതെറ്റി കു ഴിയിൽ വീണ അനുഭവം ഉണ്ടായിട്ടുണ്ട് കവിക്ക്.

കേരളത്തിന്റെ സാംസ്കാരിക വൈവിധ്യത്തെ കാച്ചിക്കുറുക്കിയ ഭാഷയിൽ കവി കൊത്തിവെക്കുന്നു. അവിടെ കാവ്യവും നൃത്തവും അനു ഷ്ഠാനകലകളും പുരാവൃത്തവും രാഷ്ട്രീയചരിത്രവും നാട്ടുസംസ്കൃ തിയും നാട്ടുപ്പൊലിമയും നാട്ടറിവും എല്ലാം ഇടകലർന്ന് കേരളത്തിന്റെ സാംസ്കാരിക ചിത്രം വിരിഞ്ഞുവരുന്നു.

"പാലമൃത് ഒഴുകുന്ന പെരിയാറ്റിൻകരയിലെ മഹാനിധി. നീലത്തു മ്പിക്കാട്ടിൽ കണ്ടെത്തിയ അക്ഷയനിധി. തത്വചിന്തകന്മാരിൽ അഗ്രമൻ കാലടിയിൽ നിക്ഷേപിച്ച വിശ്വക്ഷേമനിധി അദ്വൈതബ്രഹ്മവിദ്യാനിധി. ബ്രഹ്മസൂത്ര മഹാവാക്യം തീർത്ത വെൺമണൽത്തിട്ടിൽ ഒഴുകുന്ന ശിവാനന്ദലഹരി–നിത്യസൗന്ദര്യലഹരി. നിരണം കവിതകളും മധുരക്ക രിമ്പുതോട്ടങ്ങളും കുമ്പിട്ട പമ്പാനദീതടങ്ങൾ. വടക്കൻകോട്ടയം പഴശ്ശി ശക്തന്റെ തങ്കപ്പിടിവാൾ, വേലുത്തമ്പിദളവയുടെ വീരസ്വർണകഠാരി. പുണർന്നു ചേർന്നുറങ്ങുന്ന കുങ്കുമം തൊട്ട അങ്കത്തട്ടുകൾ, പഞ്ചവർണ ക്കിളി, കൂടുകെട്ടി. വെട്ടത്തുനാട്ടിലെ മധുരക്കാഞ്ഞിരം–കൃഷ്ണഗാഥ, മോഹിനിയാട്ടം ആടിയ കോലത്തുനാട്ടിലെ കടൽവാക്കൽ മണ്ഡപം; കുഞ്ചന്റെ കവിതാകുമാരി, പൂം പട്ടുപാവാടയുടുത്ത് കാൽത്തള കിലു ക്കിക്കളിച്ച കലക്കത്ത് തറവാട്ടുഭവനം. കുഞ്ചൻ വെച്ച കെടാവിളക്കെരി യുന്ന കിള്ളിക്കുറിശ്ശി മംഗലം, ശിവക്ഷേത്രം, ഉലകാകെ വിളികേട്ട കോട്ടയം നാട്ടിലെ പട്ടുകലോത്സവ പന്തൽ!

ആഴിക്കപ്പുറം കേളികൊട്ടിയ മലനാടിന്റെ വീരമദ്ദളധ്വനി. കനക ത്തിൽ വാർത്ത ഒരനശ്വരകലയുടെ കഥകളിപ്പൊൻ വിളക്കൊളി. ശിവ രാത്രിക്കരിക്കുകൾ നോമ്പിട്ട് കടന്നുപോയ ആലുവാ മണൽപ്പുറം, മാമാങ്കം കണ്ട് തെളിഞ്ഞ തിരുനാവാമണൽപ്പുറം, ചാവേർപ്പടയുടെ ചുടു നിണം വീണ തെച്ചിക്കാടുകൾ."

(കവിയുടെ കാൽപ്പാടുകൾ)

ഇങ്ങനെ കവിതയുടെ അമൃതകുംഭങ്ങൾ പൊട്ടിയുടഞ്ഞ് ഉണർന്നൊ ഴുകുന്ന ജീവന്റെ പ്രവാഹത്തിൽ ഒരു ജനതയുടെ സംസ്കാരത്തിന്റെ ചരിത്രദൃശ്യം തെളിഞ്ഞുവരുന്നു. സി വി രാമൻപിള്ള തന്റെ നോവലു കളിൽ നമ്മുടെ സാംസ്കാരിക വൈവിധ്യത്തെ ആവിഷ്കരിക്കുന്നതി നോട് സാദൃശ്യമുണ്ട് പി യുടെ വരികൾക്ക്.

ആറ്റിൻകരയോരത്ത് നിന്ന് കവി പ്രകൃതിയെ, തന്റെ നിത്യകാമു കിയെ കാണുന്നത് ഇങ്ങനെയാണ്;

"ഓർമതൻ തുമ്പയിൽത്തേൻകണം തൂകുന്നൊ-
രോണനിലാവായലിഞ്ഞെന്നെ നോക്കി നീ;
ആറ്റിൻകരയിലെ പൊയ്കതൻ വക്കിലെ-
യാമ്പൽപ്പൂവായലിഞ്ഞെന്നെ നോക്കി നീ"

നാടോടിപ്പാട്ടിന്റെ തേനട നുകർന്ന് മത്തുപിടിച്ച കവിമനസിൽനിന്നും ചില അപൂർവനിമിഷങ്ങളിൽ ആ മധുരധാര ഒഴുകിവരും.

"ഇന്നലെ ഞാനൊരു മുല്ലനട്ടു

മുല്ലയ്ക്കു മുക്കുടം വെള്ളോഴിച്ചു
മുല്ലയിൽ മുന്നാഴിപ്പൂവു പൂത്തു
എന്തിലറുക്കണം മുല്ലപ്പൂവ്."

മറ്റു മനോഹരങ്ങളായ നാടൻപാട്ടുകൾ ഇവയാണ്;
"കണ്ണാന്തളി മുറ്റത്തൊരു തുമ്പമുളച്ചു
തുമ്പകൊണ്ടമ്പതു തോണി ചമഞ്ഞു
തോണിത്തലപ്പത്തൊരാലുമുളച്ചു
ആലിന്റെ പൊത്തിലൊരുണ്ണി പിറന്നു
ഉണ്ണിക്കു കളിക്കാൻ തുടിയും തുടിക്കോലും
പറയും പറക്കോലും
കൂടെപ്പിറന്ന പൂവേ പോൽ"

"കറുത്ത പെണ്ണേ കരിങ്കുഴലീ
നിനക്കൊരുത്തൻ കിഴക്കുദിച്ചു"

ഇതുപോലുള്ള മധുരോദാരമായ വരികൾമുതൽ ശക്തമായ രാഷ്ട്രീയ വിമർശനങ്ങൾവരെ പി യിലൂടെ പ്രവഹിക്കുമ്പോൾ അതിന് അവാച്യമായ അനുഭൂതി പ്രദാനം ചെയ്യാൻ കഴിയുന്നു.

ഒരു ഭക്തകവി എന്നതിനപ്പുറം, സാംസ്കാരികപ്പൊലിമയെയും ദേശഭേദങ്ങളെയും സരളമായി ആവിഷ്കരിച്ച കവിയെന്ന നിലയിലാ യിരിക്കും പി ഓർമിക്കപ്പെടുക.

പ്രകൃതിയെയും പരിസ്ഥിതിയെയും സ്നേഹിച്ച കവിയാണദ്ദേഹം. മലയാളഭാഷയെയും നാട്ടുപാരമ്പര്യത്തെയും കവിതയിൽ ആവാഹിച്ച സംസ്കാരത്തിന്റെ കവിയാണ് പി. അതിനെല്ലാമുപരി ഹൃദയാലുവും വിശാലമനസ്കനുമായ മനുഷ്യനായിരുന്നു പി.

മലയാള സംസ്കാരത്തിന്റെ ബഹുസ്വര നാദമാണ് പി യുടെ നാവി ലൂടെ ലോകം കേട്ടത്.

നദികൾ വറ്റുകയും ഓണനിലാവൊളി മായുകയും ഗ്രാമത്തിന്റെ കനകകാന്തി മങ്ങുകയും ചെയ്യുമ്പോൾ വേദനിച്ച കവിയായിരുന്നു അദ്ദേഹം. കേരളത്തിന്റെ കാവ്യസംസ്കാരത്തിൽ അലിഞ്ഞുചേർന്ന പി യുടെ യശസ്സ് അന്യാദൃശമാണ്.

www.ingramcontent.com/pod-product-compliance
Lightning Source LLC
LaVergne TN
LVHW041725190726
843493LV00007B/2216